# മീനുക്കുട്ടിയുടെ വിദ്യാലയം

**Bodhi Books**
Pathiyoor P.O., Kayamkulam
Alappuzha - 690508, Kerala, India
E-mail: bodhibooks03@gmail.com
Tel: +91 9447304886

**MEENUKUTTIYUDE VIDYALAYAM**
Author: L. Sreeranjini Mannar
*Children's Literature / Malayalam*

First Published: Febuary, 2024

Typesetting: Bodhi Books
Cover & Book Design:
Chembarathi Creatives

ISBN: 978-81-19770-57-1

Price **Rs. 150**
Production No. B-B-170-1-50-2-24



Printed and bound in India by
Repro Mumbai

# മീനുക്കുട്ടിയുടെ വിദ്യാലയം

എൽ. ശ്രീരഞ്ജിനി മാന്നാർ

ബോധി ബുക്സ്
കായംകുളം - 690 508

## ഡോ. എൽ. ശ്രീരഞ്ജിനി മാന്നാർ

പത്തനംതിട്ട ജില്ലയിലെ പരുമലയിൽ 1969 ഫെബ്രുവരി 20 ന് ജനിച്ചു. സാമൂഹ്യ പ്രവർത്തകനും, കുത്തിയോട്ടപ്പാട്ടു രചയിതാവുമായിരുന്ന പരുമല പടിഞ്ഞാറ്റേടത്തു തോപ്പിൽ കെ. അപ്പുക്കുട്ടനാദിശ്ശരുടെ ചെറുമകൾ. 'സുഗമ ഹിന്ദി' പരീക്ഷയിൽ രണ്ടാം റാങ്ക് ലഭിച്ചിട്ടുണ്ട്. തിരുവനന്തപുരം വിമൻസ് കോളേജിൽ നിന്നു സംഗീതത്തിൽ എം. എ. ബിരുദം. പ്രശസ്ത സംഗീതജ്ഞ ഡോ. കെ. ഓമനക്കുട്ടിയുടെ ശിഷ്യ. കർണ്ണാടക സംഗീതത്തിൽ ഓണററി ഡോക്ടറേറ്റ് ലഭിച്ചു. മാന്നാർ കുരട്ടിക്കാടു ശ്രീമൂകാംബിക കലാക്ഷേത്രം ഡയറക്ടറും, കലാസമിതി സെക്രട്ടറിയുമായി പ്രവർത്തിക്കുന്നു. ആകാശവാണി, ടെലിവിഷൻ ചാനലുകൾ, മറ്റു വേദികളിലും സംഗീത -സാഹിത്യ പരിപാടികൾ അവതരിപ്പിച്ചു വരുന്നു.

രണ്ടു സിനിമകൾക്കു വേണ്ടി ഗാനങ്ങൾ എഴുതി. മഗ്‌രിബ് എന്ന മലയാള സിനിമയിലും ആൽബങ്ങളിലും പാടിയിട്ടുണ്ട്. സംഗീത -സാഹിത്യ മത്സരങ്ങൾ, കേരളോത്സവം, സ്പെഷ്യൽ സ്കൂൾ കലോത്സവം എന്നിവയിൽ വിധികർത്താവായി 30 വർഷത്തെ പ്രവർത്തന പരിചയം.

ഭർത്താവ്: മോഹൻ ദാമോദർ (റിട്ട. ഹയർ സെക്കന്ററി അധ്യാപകർ). മക്കൾ: അദ്വൈത (ഇംഗ്ലീഷ് ഭാഷയിൽ ഗവേഷണ വിദ്യാർത്ഥിനി) അജയ (എം.ബി.ബി.എസ്സ്.) ഇപ്പോൾ, മാന്നാർ കുരട്ടിശ്ശേരി 'വരദ'യിൽ താമസം.

**പുസ്തകം:** പമ്പ, താരാട്ട്, കനലെഴുത്ത് (കവിതാ സമാഹാരങ്ങൾ), അമൃത വർഷിണി, ഒരേ പാതയിലെ സഞ്ചാരികൾ (ലഘു നോവലുകൾ), ദേവീ പ്രഭാവം (കുത്തിയോട്ട പ്പാട്ടുകളുടെ സമാഹാരം ), അമൃത കല്ലോലിനി, നീലാംബരി (നോവൽ), കുത്തിയോട്ടവും, കേരള ദേശത്തിന്റെ ഭക്തി പൈതൃകവും (വൈദിക വിജ്ഞാന ഗ്രന്ഥം)

**പുരസ്കാരം:** ഗുരു ചെങ്ങന്നൂർ സംഗീത അവാർഡ്, കാവാലം നാരായണപ്പണിക്കർ സ്മാരക സംഗീത-സാഹിത്യ പുരസ്കാരം, എം.എൽ.എ പ്രതിഭാപുരസ്കാരം, ക്രിയാറ്റിഫ് നോവൽ അവാർഡ്, പരസ്പരം മാസികയുടെ പി. കെ. ഗോപാലൻ സ്മാരക വൈദിക സാഹിത്യ അവാർഡ്, വിവിധ സംഘടനകളുടെ അംഗീകാരങ്ങൾ എന്നിവ ലഭിച്ചിട്ടുണ്ട്. കുത്തിയോട്ടപ്പാട്ടുകളെഴുതിയ ആദ്യ വനിത എന്ന നിലയിൽ ഇന്ത്യ ബുക്ക് ഓഫ് റെക്കോർഡ്, കേരള ബുക്ക് ഓഫ് റെക്കോർഡ്സ് എന്നിവയിൽ സ്ഥാനം നേടി.

വിലാസം: ഡോ. എൽ. ശ്രീരഞ്ജിനി, 'വരദ', കുരട്ടിശ്ശേരി, മാന്നാർ പി.ഒ.,
ആലപ്പുഴ--689622
e-mail: sreeranjinimannar69@gmail.com
Phone: 6282390032

# പ്രസാധകക്കുറിപ്പ്

കുട്ടികൾക്കുവേണ്ടി എഴുതുകയെന്നത് ഏറ്റവും ശ്രമകരമായ പ്രവൃത്തിയാണെന്ന് എഴുത്തിലെ കുലപതികൾ പോലും സമ്മതിക്കുന്നുണ്ട്. ബാലസാഹിത്യം അത്ര നിസ്സാരമായ ഒന്നല്ല എന്ന ഓർമ്മപ്പെടുത്തലാണത്. പ്രത്യേകിച്ചും, കഥകേൾക്കാനാഗ്രഹിക്കുന്ന ബാല്യ കൗതൂഹലങ്ങളെ അഭിസംബോധന ചെയ്യേണ്ടി വരുമ്പോൾ എഴുത്തുകാർക്ക് പ്രയാസമേറുകതന്നെചെയ്യും. എന്നാൽ വായനക്കാരുടെ കൈവശമിരിക്കുന്ന മീനുക്കുട്ടിയുടെ വിദ്യാലയം എന്ന ഈ പുസ്തകം ഹൃദയത്തിൽ തൊടുംവിധം മനോഹരമായി ഒരു കഥയെ ഇതൾവിടർത്തുന്നു. സംഗീതത്തിലും,സാഹിത്യത്തിലും ഒരുപോലെ മികവുപുലർത്തുന്ന ശ്രീരഞ്ജിനി എൽ ആണ് എഴുത്തുകാരി. അന്യൂനമായ കയ്യടക്കം ശ്രീരഞ്ജിനിയുടെ കഥപറച്ചലിൽ കാണാം. കുട്ടികൾക്കും മുതിർന്നവർക്കും ഒരുപോലെ ആസ്വദിക്കാവുന്ന പുസ്തകം ഏറെ ആദരവോടെ കൈരളിക്കു സമർപ്പിക്കുന്നു.

# അദ്ധ്യായം 1

മേലത്തൂർ നാട്ടിൽ പടയണിക്കു പേരുകേട്ട ക്ഷേത്രമാണ് 'പടയണിപ്പാട്ടു ദേവീക്ഷേത്രം' ക്ഷേത്രമൈതാനത്തിനരികെക്കൂടി പഞ്ചായത്തുവക ചെമ്മൺപാത കടന്നുപോകുന്നു. ചെമ്മൺപാത ചെന്നുനിൽക്കുന്നത് ഒരു ചെറിയ മുക്കിലാണ്. അവിടെയാണ് സഹസ്രനാമൻപിള്ളയുടെ ചായക്കടയുള്ളത്. സഹസ്രനാമൻപിള്ള ആളു ശുദ്ധനാണ്. പക്ഷേ കണ്ടാൽ കപ്പടാമീശയും, കൃതാവുമുള്ള താടിയുമായി പിള്ളയൊരു ഗൗരവക്കാരനാണെന്ന് ആദ്യനോട്ടത്തിൽ ആർക്കും തോന്നും. "ശുദ്ധൻ ദുഷ്ടന്റെ ഫലം ചെയ്യും" എന്നു പറയുമ്പോലെയാണ് പിള്ളയുടെ സ്വഭാവം! നാട്ടിൽ പരമരഹസ്യമായി നടക്കുന്ന പല സംഭവങ്ങളും മണത്തറിഞ്ഞ്, അതു പൊടിപ്പും, തൊങ്ങലുമൊക്കെ വച്ച് ചായക്കടയിൽ വരുന്നവരോടെല്ലാം പറഞ്ഞുകേൾപ്പിക്കും. അതിനിടെ ചായയടിക്കുകയും, കടയിൽ വരുന്നവർക്കത് വൃത്തിയുള്ള ഗ്ലാസ്സുകളിൽ പകർന്നുകൊടുക്കുകയും ചെയ്യും. ഇതിനിടയിൽ, ദോശക്കല്ലും, പുട്ടുകുറ്റിയുമൊക്കെ അടുപ്പത്തുവച്ച്, അതിൽ ദോശ ചുടുകയും, പുട്ട് പുഴുങ്ങുകയും ചെയ്യും. ചെറിയ കറുത്തകരയുള്ള ഒറ്റമുണ്ടും, നേരിയതും, ചന്ദനക്കുറിയുമെല്ലാമണിഞ്ഞ സഹസ്രനാമൻപിള്ള എല്ലാവർക്കുമൊരത്ഭുതമാണ്. വെളുപ്പിനെ മൂന്നുമണിക്കുണർന്ന് പ്രഭാതകൃത്യങ്ങൾക്കുശേഷം, കുളികഴിഞ്ഞീറനായി വന്ന് ചായക്കടയിലെ പണക്കൗണ്ടറിന് സമീപം വച്ചിരിക്കുന്ന കൊച്ചുനിലവിളക്കിൽ ദീപം തെളിയിച്ച്, ചന്ദനത്തിരി കത്തിക്കുമ്പോൾ തുടങ്ങുന്ന അദ്ധ്വാനമാണ്. രാത്രി ഏകദേശം പന്ത്രണ്ടുമണിവരെ ആ കഠിനാദ്ധ്വാനം തുടരും. സഹായത്തിന് ഭാര്യ മാത്രമേയുള്ളൂ. അവരുടെ രണ്ടു മക്കളും ജോലിസംബന്ധമായി ബോംബേയിലും, മദ്രാസിലുമാണ്.

വേണമെങ്കിൽ തനിയെ ജോലികൾ ചെയ്യാതെ ഒന്നോ, രണ്ടോ ആളുകളെക്കൂടി കടയിൽ സഹായത്തിന് വയ്ക്കാം. പക്ഷേ, പിള്ള തനിയെ ജോലികൾ ചെയ്യാനാണിഷ്ടപ്പെട്ടത്. അത്രയും പണം കൂടി ലാഭിക്കാമല്ലോ? അല്ലെങ്കിൽ സഹായികൾക്ക് കൂലികൊടുക്കുമ്പോൾ പിന്നെ കട നടത്തുന്നതുകൊണ്ട് ലാഭമൊന്നും ഉണ്ടാകില്ല. സ്വന്തം ആവശ്യങ്ങൾക്ക് മറ്റുള്ളവരെ പണത്തിനാശ്ര യിക്കുന്നത് തെറ്റാണെന്നാണ് സഹസ്രനാമൻപിള്ള കരുതുന്നത്. മക്കളും ആ ശീലമാണ് പിൻതുടരുന്നത്. അവർ ബിരുദപഠനത്തിനുശേഷം കിട്ടിയ ജോലി ചെയ്ത് ജീവിച്ചുവരുന്നു.

ചായക്കടയിൽ നാട്ടുവർത്തമാനം പറഞ്ഞുകൊണ്ട് ചായയും, പഴംപൊരിയും മറ്റും കഴിക്കുന്നവരുടെ തിരക്കാണെപ്പോഴും. മേലത്തൂരേയും, പരിസരങ്ങളിലേയും പല വിശേഷങ്ങളും നാട്ടുകാർ പരസ്പരം കൈമാറുന്നത് പിള്ളയുടെ ചായക്കടയിൽ ഒത്തുകൂടുമ്പോഴാണ്.

സഹസ്രനാമൻപിള്ളയുടെ ചായക്കടയ്ക്കടുത്തുകൂടി ഒരു ചെമ്മൺപാത പോകുന്നുണ്ട്. ചായക്കട നിൽക്കുന്ന പുരമന മുക്കിൽ നിന്നും അതു രണ്ടായി പിരിയുന്നു. ഒരു ഇടവഴി, യാക്കോബായ ക്രിസ്ത്യൻ പള്ളിയങ്കണത്തിലേക്കും, മറ്റേ ഒറ്റയടിപ്പാത മേലത്തൂരെ പാടശേഖരങ്ങളിലേക്കുമാണ്. നാട്ടിലെ മിക്കവർക്കും അവിടെ കൃഷിനിലങ്ങളുണ്ട്. ചിലർക്കേറെ നിലങ്ങളുള്ളപ്പോൾ, മറ്റുചിലർക്ക് കുറച്ചു കൃഷിസ്ഥലങ്ങളേയുള്ളൂ എന്ന ഏറ്റക്കുറച്ചിലുകളുണ്ടെന്നേയുള്ളൂ.

ഏറെ കൃഷിനിലമുള്ളവർ പണ്ടുതൊട്ടേ ഭൂവുടമകളായിട്ടുള്ളവരാണ്. കുറച്ചു നിലമുള്ളവർ മിക്കവരും അവരുടെ നിലങ്ങളിൽ കൃഷിപ്പണി ചെയ്തവരാണ്. ഇപ്പോൾ ധനസ്ഥിതി വർദ്ധിച്ചപ്പോൾ അവർക്കൊക്കെ സ്വന്തം ഭൂമി വാങ്ങുവാനും, കൃഷി ചെയ്യുവാനും സാധിച്ചു. അല്ലെങ്കിലും "ഒരു കുന്നിന് ഒരു കുഴിയുമുണ്ട്. ചിലർക്ക് നല്ല കാലം വരുമ്പോൾ മറ്റുചിലർക്ക് കാലം മോശമായിരിക്കും." പക്ഷേ മിക്കപ്പോഴും സ്വന്തം ചിന്തകളും, വാക്കുകളും, പ്രവൃത്തികളും തന്നെയാണ് സങ്കടങ്ങൾ വരുത്തി വയ്ക്കുന്നതെന്നുള്ളതാണ് സത്യം! ചില സങ്കടങ്ങൾ തീരാ ദുഃഖങ്ങൾ തന്നെയാവും. അവ മനസ്സിൽ ഒരു കരിങ്കല്ല്കയറ്റിവച്ചിരിക്കുന്ന പ്രതീതി ജനിപ്പിക്കും. സന്തോഷഭരിതമായ മനസ്സോടെ പൂത്തു

മ്പികളെപ്പോലെ ചിരിച്ചുല്ല സിക്കുന്നവരെ കാണുമ്പോൾ അവരെപ്പോലെയാകാൻ ഹൃദയം തുടികൊട്ടും! സഹസ്രനാമൻപിള്ളയും സ്വന്തം ദുഃഖങ്ങളെ മറച്ച് മറ്റുള്ളവരുമായി കഴിയുന്നത്ര സന്തോഷം പങ്കുവയ്ക്കുന്ന സ്വഭാവക്കാരനാണ്.

പാടത്തു കൃഷിയിറക്കുന്ന കാലമായിരുന്നു അത്. സമയം മദ്ധ്യാഹനത്തോടടുത്തു. പക്ഷേ, വെയിൽ അങ്ങിങ്ങു പാളിനോക്കിയതേയുള്ളൂ. മാനത്തു കരിമുകിൽ ഓടി നടക്കുന്നു. കുസൃതികളായ കുട്ടികളെപ്പോലെ, അവ അടങ്ങിയിരിക്കുന്നില്ല. അവയ്ക്ക് മഴത്തുള്ളുകളായി ഭൂമിയിൽ പെയ്തിറങ്ങാൻ തിടുക്കമായി! ചെറിയ കുട്ടികൾ എന്തിനും, ഏതിനും വാശിപിടിക്കുന്ന സ്വഭാവക്കാരാണ്. അവർക്കു വളരെവേഗം അവർ വിചാരിക്കുന്ന കാര്യം സാധിക്കണം. അതുകഴിഞ്ഞാൽ ചിരിയും, കളിയും തുടങ്ങും-ആനന്ദത്തിമർപ്പിലാറാടും! മിക്ക കുട്ടികളുമിത്തരക്കാരാണ്. മഴമേഘങ്ങളുമങ്ങനെതന്നെ! മഴയായ് പെയ്യും മുമ്പ് "ആരാദ്യം പെയ്തിറങ്ങും" എന്ന വാശിയോടെ ആകാശവിസ്തൃതിയിൽ പരക്കംപാഞ്ഞ് ഓടി നടക്കും. പെയ്തുകഴിഞ്ഞാൽ ഉത്സാഹത്തോടെ മഴനൂലുകളായി ഭൂമിയിൽ പതിച്ച്, കലപില ശബ്ദിച്ചുകൊണ്ട് നേർത്തചാലുകളായി ഒഴുകും.

മഴയിൽ മുങ്ങിക്കുളിച്ച്, ഈറൻവസ്ത്രവും, ചേമ്പിലക്കീഴിൽ നനയാതെ പിടിച്ച പുസ്തകക്കെട്ടുമായി തിമിർത്തുനടക്കാൻ കുട്ടികളേറ്റവുമിഷ്ടപ്പെടുന്ന കാലവർഷം അതിന്റെ തനിമയോടും, ഗരിമയോടും വന്നെത്തുകയായിരുന്നു.

# അദ്ധ്യായം 2

കറുകുറ്റിയിൽ വാസുദേവൻ നായർക്ക് മൂന്നുപെൺമക്കളാണ്. മൂന്നുപേരും ജോലി സ്ഥലത്താണ്. അതിൽ മൂത്തവൾ കൗമുദി ഡോക്ടറാണ്. ഭർത്താവ് വേണുഗോപാൽ ബാങ്കുമാനേജരാണ്. കുമാരിയും, കാദംബരിയുമാണ് മറ്റു മക്കൾ. വിദേശത്തു ജോലിയുള്ള രാംകുമാറും, ശരത്ചന്ദ്രനുമാണ് അവരെ വിവാഹം ചെയ്തിരിക്കുന്നത്. കൗമുദിയുടെ മകളാണ് മൂന്നുവയസ്സുകാരിയായ മീനുക്കുട്ടി! മീനുവിന്റെ വർത്തമാനവും, പെരുമാറ്റവുമൊക്കെ ഒരു പത്തുവയസ്സുകാരിയുടേതാണ്.

കാലം വലിയ പരിക്കൊന്നുമേൽപ്പിക്കാതെ കറുകുറ്റിയിൽ കുടുംബത്തെ മുന്നോട്ടു കൊണ്ടുപോവുകയായിരുന്നു. അപ്പോഴാണ് ഇടിവെട്ടിയപോലൊരു ദു:ഖം ആ കുടും ബത്തിൽ ഉണ്ടായത്. കൗമുദിയുടെ ഭർത്താവ് വേണുഗോപാലിനു രക്താർബുദം ബാധിച്ചു! കൗമുദി, ആകെ മരവിച്ച അവസ്ഥയിലായി. ഒരു ഡോക്ടറെന്ന നിലയിൽ തന്റെ ഭർത്താവിനുവേണ്ടി ചെയ്യാവുന്ന ചികിത്സകളൊക്കെ ചെയ്യാൻ അവൾ തീരുമാനിച്ചു. എറണാകുളത്താണ് കൗമുദിയും, വേണുഗോപാലും ജോലി ചെയ്യുന്നത്. തത്കാലം, താമസിക്കുന്ന വാടകവീടടച്ചിട്ടിട്ട്, നാട്ടിൽപ്പോയി നിൽക്കുവാൻ കൗമുദി നിശ്ചയിച്ചു. വേണുഗോപാലും അതിനെ എതിർത്തില്ല. രണ്ടുപേരും ഒരു മാസത്തെ അവധിയെടുത്ത് നാട്ടിലേക്ക് പുറപ്പെട്ടു. വേണുഗോപാലിനു ബന്ധുക്കളായി പറയത്തക്ക ആരുമില്ല. അച്ഛൻ അയാളുടെ ബാല്യത്തിൽത്തന്നെ മരിച്ചുപോയി രുന്നു. അമ്മയും, അമ്മാവനും കൂടിയാണ് വേണുവിനെയിത്രയും പഠിപ്പിച്ചതും, വളർത്തിയതും! അമ്മാവനും, അമ്മയും ഒരു ബസ്സപകടത്തിൽ മൂന്നുവർഷം മുമ്പ് മരണപെട്ടതോടെ വേണുഗോപാൽ തീർത്തും ഏകനായി! അതുകൊണ്ടുതന്നെ കൗമുദിയുടെ ബന്ധുക്കളെല്ലാം അയാൾക്കു സ്വന്തം ബന്ധുക്ക

ളെപ്പൊലെയായിരുന്നു.

"കൊച്ചിച്ചേച്ചീ റ്റാറ്റാ..." വീടുപൂട്ടി കൗമുദിയും, വേണുഗോപാലും കാറിൽ കയറാനൊരുങ്ങിയപ്പോൾ മീനുക്കുട്ടി തൊട്ടപ്പുറത്തെ വീട്ടിലെ ഏഴുവയസ്സുകാരി സുനിതയെക്കണ്ട് കുതറിയോടി. സുനിതയെ "കൊച്ചിച്ചേച്ചി"യെന്നാണ് മീനു വിളിക്കുന്നത്. സുനിത അവളുടെ ഉറ്റകൂട്ടുകാരിയാണ്. സ്ക്കൂൾ വിട്ടാൽ മീനുവിനോടൊപ്പം കളിക്കുവാൻ വരും. പിന്നെയവർ രണ്ടും കളികളുടേയും, പാട്ടിന്റേയും ലോകത്താണ്. സുനിത നന്നായി പാടുന്ന കുട്ടിയാണ്. അവളെ സ്ക്കൂളിലെ സംഗീ താദ്ധ്യാപിക പഠിപ്പിച്ച പാട്ടുകളൊക്കെ മീനുവിനെ പാടിക്കേൾപ്പിക്കും. മീനുവും തന്റെ കുയിൽനാദത്തിൽ ആ പാട്ടുകളൊക്കെ കൊഞ്ചിപ്പാടും! അങ്ങനെയടുത്തു പോയ ആ കൂട്ടുകാരിയുടെയടുത്ത് നിന്നാണ് മീനുക്കുട്ടി പോകാനൊരുങ്ങുന്നത്!

മീനു സുനിതയെ കെട്ടിപ്പിടിച്ചൊരുമ്മ കൊടുത്തു. "കൊച്ചിച്ചേച്ചിയും ഞങ്ങടെ കൂടെവാ..." മീനുക്കുട്ടി സുനിതയുടെ ഉടുപ്പിൽ ബലമായിപ്പിടിച്ചു വലിച്ചു ചിണുങ്ങി.

"മോളേ... കുഞ്ഞു കൊച്ചിച്ചേച്ചിയെ വിട്, നാട്ടിൽപ്പോയിട്ട് വരുമ്പോൾ ചേച്ചിയുടെ കൂടെ കളിക്കാം. നമുക്ക് തിരികെവരുമ്പോൾ ചേച്ചിക്കൊരു കളിപ്പാട്ടം വാങ്ങിച്ചോണ്ടു വരാം. അപ്പൂപ്പനോട് ഏതു കളിപ്പാട്ടം വേണമെന്ന് മോൾ പറഞ്ഞാൽ മതി. നല്ല കുഞ്ഞല്ലേ, വന്നേ...!"-കൗമുദിയുടെ അനുനയവാക്കുകൾ കേട്ട് മീനുക്കുട്ടി സുനിതയെ വിട്ട് കാറിൽക്കയറാൻ തയ്യാറായി. കുഞ്ഞുമനസ്സുകൾ കളങ്കമില്ലാത്തതാണ്. ഹൃദയത്തിൽ നിന്നുള്ള സ്നേഹമാണ് കുട്ടികൾ മറ്റുള്ളവർക്ക് പകർന്നുകൊടുക്കുന്നത്. എന്നാൽ മുതിർന്നവർ പലപ്പോഴും അവരുടെ കുടിലമനസ്സുകളുടെ തന്ത്രങ്ങൾ കുഞ്ഞുങ്ങൾക്കെതിരെ പ്രയോഗിക്കുന്നു. പലപ്പോഴും എന്നല്ല മിക്ക പ്പോഴും അത്തരം തന്ത്രങ്ങൾക്കിരയാകുന്നത് ശുദ്ധഹൃദയരായ കുട്ടികളാണ്.

"റ്റാറ്റാ...കൊച്ചിച്ചേച്ചി...ഉമ്മ, ചക്കരയുമ്മ..." ഡ്രൈവർ കാർവിടാനൊരുങ്ങിയപ്പോൾ മീനു കാറിന്റെ ജനാലച്ചില്ലിനിടയിലൂടെ കൈനീട്ടി യാത്രപറഞ്ഞു. അപ്പോൾ സുനിതയ്ക്കും കരച്ചിൽ വന്നു. അവൾ ഒരു കുഞ്ഞനുജത്തിയായാന് മീനുവിനെ കരുതിയിരുന്നത്. മറ്റു സഹോദരങ്ങളില്ലാത്ത അവൾക്ക് മീനുവിന്റെ സമീപ്യം സന്തോഷവും, ഉല്ലാസവും നൽകിയിരുന്നു. കാർ, വീടി

ന്റെ ഗേറ്റുകടന്ന് നിരത്തിലേക്കിറങ്ങും വരെ മീനുക്കുട്ടി അവളുടെ കൊച്ചിച്ചേച്ചിക്കു "റ്റാറ്റാ" പറഞ്ഞുകൊണ്ടിരുന്നു. അച്ഛനമ്മമാരെ വേണുഗോപാലിന്റെ അസുഖവിവരം എങ്ങനെ അറിയിക്കുമെന്നാണ് കൗമുദി ചിന്തിച്ചുകൊണ്ടിരുന്നത്. അവർക്കത് താങ്ങാനാവുമോ? താനൊരു ഡോക്ടറായിട്ടും തന്റെ ഭർത്താവിന്റെ രോഗത്തിന്റെ ഭീകരത തന്നെ അലട്ടുകയാണ്. ചിന്തകളിൽ നിന്ന് മോചനത്തിനായി കൗമുദി പുറത്തെ കാഴ്ചകളിലേക്ക് ശ്രദ്ധകൊടുക്കാൻ ശ്രമിച്ചു. കാർ മുന്നോട്ടോടുമ്പോൾ പുറകോട്ടോടുന്നതു പോലെ തോന്നുന്ന കെട്ടിടങ്ങളേയും, മരങ്ങളേയും മീനുക്കുട്ടി ആശ്ചര്യത്തോടെ നോക്കിയിരുന്നു. ക്രമേണ കൗമുദിയുടെ മടിയിൽ തലചായ്ച് അവളുറങ്ങിപ്പോയി.! വേണുഗോപാലും നല്ല മയക്കത്തിലായിരുന്നു. അസുഖത്തിനുള്ള മരുന്നുകൾ കഴിക്കുന്നതുകൊണ്ടയാൾക്ക് മിക്കപ്പോഴും ഉറക്കം വരുമായിരുന്നു.

അവർ കറുകുറ്റിയിലെത്തുമ്പോൾ മഴ ചെറുതായി ചാറുന്നുണ്ടായിരുന്നു. വാസുദേവൻനായർ വീടിന്റെ ഉമ്മറത്തെ ചാരുകസേരയിൽ ഉച്ചയൂണ് കഴിഞ്ഞ് വിശ്രമിക്കുകയാണ്. ഉച്ചമയക്കത്തിന്റെ ആലസ്യത്തിലേക്കു വഴുതിവീണ അദ്ദേഹത്തെയുണർത്തിയത് "അപ്പൂപ്പാ..." എന്നുള്ള മീനുക്കുട്ടിയുടെ സന്തോഷം നിറഞ്ഞ വിളിയായിരുന്നു-ആ കിളിക്കൊഞ്ചൽ കേട്ട വാസുദേവൻനായർ പെട്ടെന്നു കണ്ണുതുറന്നു.

"അപ്പൂപ്പാ, ഒറങ്ങുവാന്നോ?"-മീനുക്കുട്ടി വീണ്ടും വാസുദേവൻനായരെ ഉണർത്താൻ ശ്രമിച്ചു.

അപ്പൂപ്പനെടുക്കാൻ വേണ്ടി മീനു ഇരുകയ്യും നീട്ടി അദ്ദേഹത്തിന്റെയടുത്തേക്ക് ഓടിവന്നു. കൂടെ കൗമുദിയും, വേണുഗോപാലും അവിടേക്കുവന്നു. വേണുഗോപാലിനു നടക്കാൻ നല്ല ബുദ്ധിമുട്ടായിരുന്നു. കൗമുദി അയാളെ താങ്ങിപ്പിടിച്ചിട്ടുണ്ടായിരുന്നു.

"നിങ്ങളെപ്പോൾ വന്നു?" മീനുക്കുട്ടിയെ വാരിയെടുത്തു മടിയിലിരുത്തിക്കൊണ്ട് വാസുദേവൻനായർ ചോദിച്ചു.

"ഇപ്പോൾ വന്നതേയുള്ളൂ" വേണുഗോപാൽ ക്ഷീണിച്ച ശബ്ദത്തിൽ പറഞ്ഞു. അയാൾ, കണ്ടാൽ തിരിച്ചറിയാത്ത രൂപത്തിലായിരുന്നു. കാൻസർ ചികിത്സ അയാളെ പരിക്ഷീണിതനാക്കിയിരുന്നു. "അച്ഛാ, ചേട്ടനു നല്ല സുഖമില്ല. കാൻസറിന്റെ ആരംഭമാണ്-" കൗമുദി മെഡിക്കൽ സയൻസ് പഠിച്ച ഒരുവളാ

യിട്ടുകൂടി പൊട്ടിക്കരഞ്ഞുകൊണ്ടാണത് അച്ഛനോട് പറഞ്ഞത്. കാൻസർ അവസാനഘട്ടത്തിലായെന്നു കൂടി പറയാൻ ശക്തിയില്ലാത്തതുകൊണ്ടാണ് ആരംഭമാണെന്ന് അവൾ തന്റെ അച്ഛനോടു പറഞ്ഞത്.

വാസുദേവൻനായർ ഞെട്ടിപ്പോയി! "ഇതെന്തു പരീക്ഷണം? ദൈവത്തിനു നിരക്കാ ത്തതൊന്നും ഇതുവരെ ഈ കുടുംബത്തിലാരും ചെയ്തിട്ടില്ല. എന്നിട്ടും ഈശ്വരൻ പരീക്ഷിക്കുകയാണ്."

അതുകേട്ടതോടെ കൗമുദി ആർത്തലച്ചു കരയുകയായി. കണ്ടുനിൽക്കാൻ പറ്റാതെ വേണുഗോപാൽ പറഞ്ഞ്- "ഞാനൊന്ന് വിശ്രമിക്കാൻ പോവുകയാണ്" അയാൾ അതുപറഞ്ഞ് അകത്തെ മുറിയിലേക്ക് മെല്ലെ നടന്നു. തീരെ ക്ഷീണിതനായ ആ മനുഷ്യൻ വളരെ ബുദ്ധിമുട്ടിയാണ് നടന്നത്. മീനുക്കുട്ടിയേയുമെടുത്ത് കൗമുദിയും വേണുഗോപാലിനെ പിന്തുടർന്ന് അകത്തേക്കുപോയി.

വൈകുന്നേരമായപ്പോൾ മീനുക്കുട്ടി വീണ്ടും അപ്പൂപ്പന്റെയടുത്തെത്തി. ആ മൂന്നു വയസ്സുകാരിക്ക് അപ്പൂപ്പനെ വലിയ ഇഷ്ടമായിരുന്നു.

"അപ്പൂപ്പാ, ആന കളിക്കാം. അച്ഛയെ വിളിച്ചിട്ടു വരുന്നില്ല. മോൾ അച്ഛയോട് പിണക്ക മാണെന്ന് പറഞ്ഞപ്പോഴച്ഛ കരഞ്ഞു..." മീനു വാസുദേവൻനായരുടെ കയ്യിൽപ്പിടിച്ചു നിർബന്ധിച്ചു.

"യ്യോ, അച്ഛയ്ക്ക് ഉവ്വാവാ,, പൊന്നുമോളുടെ കൂടെ അപ്പൂപ്പം ആനകളിക്കാൻ വരാം." ആ അപ്പൂപ്പൻ കൊച്ചുമോളെ സമാധാനിപ്പിക്കാൻ ശ്രമിച്ചു.

പിന്നെ, ആനയെപ്പൊലെ അഭിനയിച്ചു. അതു കണ്ടപ്പോൾ മീനുക്കുട്ടി പൊട്ടിച്ചിരിച്ചു കൊണ്ട് കയ്യടിച്ചു. ആ ചിരിയും, സന്തോഷവും കണ്ടപ്പോൾ വാസുദേവൻനായർക്ക് സങ്കടം ചിറപൊട്ടി. അത് കണ്ണുനീർത്തുള്ളികളായി ഒഴുകി.

"അപ്പൂപ്പനാന കരയുന്നേ...കരയുന്നേ" മീനുക്കുട്ടി ചിരിക്കാനുള്ള വക നൽകി.

രാത്രി പത്തുമണിയോടെ കറുകുറ്റിയിൽ വീട്ടിലെ വിളക്കുകളണഞ്ഞു. എല്ലാവരും ഉറക്കത്തിലേക്ക് ചേക്കേറി. പക്ഷേ, പെട്ടെന്നു വേണുഗോപാൽ ഉണർന്നെഴുന്നേറ്റു. അയാൾ നെ

ഞ്ചുവേദനകൊണ്ട് പുളയുന്നുണ്ടായിരുന്നു. വേദന സഹിക്കാൻ വയ്യാതെ കൗമുദിയെ വിളിച്ചു. നല്ല ഉറക്കത്തിൽനിന്ന് കൗമുദിയും ഞെട്ടിയുണർന്നു.

"എന്താ ചേട്ടാ? വേദന കൂടുതലുണ്ടെങ്കിൽ നമുക്ക് ആശുപത്രിയിൽ പോകാം" കൗമുദി സങ്കടം പുരണ്ട ശബ്ദത്തിൽ പറഞ്ഞു.

"എനിക്കിപ്പോൾ നെഞ്ചുപൊട്ടുന്ന വേദനയാണ്, വയ്യേ..." ഇത്രയും പറഞ്ഞ് വേണുഗോപാൽ താഴേക്ക് വീഴാൻ പോയി, കൗമുദി, ഭർത്താവിനെ താങ്ങിയെടുത്തു പെട്ടെന്നുതന്നെ കട്ടിലിലിരുത്തി; അച്ഛനെയും മറ്റുള്ളവരെയും ഉച്ചത്തിൽ വിളിച്ചു.

പെട്ടെന്നുതന്നെ ആശുപത്രിയിലെത്തിച്ചെങ്കിലും വേണുഗോപാൽ ആശുപത്രിയിലേ ക്കുള്ളവഴിമദ്ധ്യേതന്നെ മരിച്ചിരുന്നു. അപ്പോഴും മീനുക്കുട്ടി തന്റെ "അച്ഛ" യാത്രയായതറിയാതെ അമ്മൂമ്മയോടൊപ്പം വീട്ടിൽ സുഖമായുറങ്ങുക യായിരുന്നു.

വേണുഗോപാലിനെ വീട്ടിലെ സ്വീകരണമുറിയിൽ വെള്ളപുതപ്പിച്ചുകിടത്തി. അപ്പോൾ നേരം വെളുത്തുവരുന്നതേയുണ്ടായിരുന്നുള്ളൂ. മീനുക്കുട്ടി പതിയെ ഉണർ ന്നെഴുന്നേറ്റു. പക്ഷേ, അവളോടൊപ്പം ഉറങ്ങിയ അമ്മൂമ്മയെ മുറിയിലെങ്ങും കണ്ടില്ല. പക്ഷേ, മറ്റാരൊക്കെയോ ആ മുറിയിൽ നിൽക്കുന്നു. അവൾ സ്വീകരണമുറിയിലേക്ക് നടന്നു. രാവിലെ പത്രവായനയുമായി അപ്പൂപ്പൻ ചാരുകസേരയിൽ ഉണ്ടാകുമെന്നാ ണവൾ കരുതിയത്. പക്ഷേ അവിടെയും നിറയെ ആൾക്കൂട്ടം. കൊച്ചു മീനുക്കുട്ടി പകച്ചുപോയി. അപ്പോഴാണ് "അച്ഛയെ" വെള്ളപുതപ്പിട്ട് പുതപ്പിച്ച് കട്ടിലിൽ ഉറങ്ങുന്നത് കണ്ടത്.

"അച്ഛ മുറീലെന്താ ഉറങ്ങാത്തേ? ഇവിടാണോ കിടക്കുന്നേ? എണീക്കച്ഛേ" മീനുക്കുട്ടി അച്ഛന്റടുത്തുചെന്ന്ഉറക്കെചോദിച്ചു. വേണുഗോപാൽ അപ്പോഴേക്കും വിളിച്ചാലു ണരാത്ത ഉറക്കത്തിലായിക്കഴിഞ്ഞുവെന്ന് കൊച്ചുമീനുവിനറിയില്ലായിരുന്നു.

ഉണർന്നെണീറ്റ് തന്നോടൊപ്പം അച്ഛൻ കളിക്കാൻ വരാത്തതിൽ മനസ്സുനൊന്ത് മീനുക്കുട്ടിയും ഉറക്കെ നിലവിളിക്കാൻ തുടങ്ങി. അത് കണ്ടുനിന്നവരെല്ലാം കണ്ണീർ പൊഴിച്ചു. മീനുക്കുട്ടി ഉറക്കെ കരഞ്ഞുകൊണ്ട് തിങ്ങിനിന്ന ആൾക്കാർക്കിടയിലൂടെ കൗമുദി ആർത്തുകിടന്ന് കരയുന്ന കട്ടിലിൽ കയറിയിരുന്നു. മീനുവിനെ കണ്ടനിമിഷം കൗമുദിയവളെ ചേർത്തുപിടിച്ച് പൊട്ടി

ക്കരഞ്ഞു.

വേണുഗോപാലിന്റെ ബാങ്കിലെ സഹപ്രവർത്തകർ അദ്ദേഹത്തിന്റെ മൃതശരീരത്തിൽ റീത്ത് സമർപ്പിച്ച് പ്രണാമമർപ്പിച്ചു. അച്ഛന്റെ ദേഹത്തിൽ പലനിറങ്ങളിലുള്ള പൂക്കളിരുന്നതെടുത്ത് കൈയ്യിൽ വയ്ക്കുവാൻ മീനൂക്കുട്ടിയാഗ്രഹിച്ചു. പക്ഷേ ആൾക്കൂട്ടത്തിനിടയിലൂടെപ്പോയി അവയെടുക്കുവാൻ അവൾക്കാകുമായിരുന്നില്ല. അവളെ കൗമുദി തന്റെയടുത്തുനിന്ന് എങ്ങോട്ടും വിട്ടില്ല.

വാവിട്ടുകരയുന്ന കൗമുദിയേയും മകളേയും സമാധാനിപ്പിക്കുവാൻ മറ്റുള്ളവർ പരമാവധി ശ്രമിച്ചെങ്കിലും വേണുഗോപാലിന്റെ മൃതദേഹം ചിതയിലേക്കെടു ത്തപ്പോൾ അവരെയാർക്കും നിയന്ത്രിക്കാനായില്ല. കൗമുദി മീനുക്കുട്ടിയേയുമെടുത്ത് കത്തുന്ന ചിതയിൽ ചാടാനാഞ്ഞു. അവിടെനിന്നിരുന്നവർ തടഞ്ഞതുകൊണ്ട് മറ്റ് രണ്ടുമരണം കൂടി അവിടെ സംഭവിച്ചില്ല.

ശോകമൂകമായ അന്തരീക്ഷത്തിൽ മൗനിയായിരിക്കുന്ന കൗമുദിയെ കാണുമ്പോൾ വാസുദേവൻനായരുടെ ചങ്ക് തകരുകയായിരുന്നു. മകളെ ആ ദുഃഖത്തകർച്ചയിൽ നിന്നും കരകയറ്റുവാനായി അവധി തീർന്നയുടനെതന്നെ എറണാകുളത്തുള്ള സർക്കാർ ആശുപത്രിയിൽ വീണ്ടും ജോലിയിൽ കയറുവാൻ അച്ഛൻ ആ മകളെ നിർബ്ബന്ധിച്ചു. മീനുക്കുട്ടിയെ പിരിഞ്ഞ് ജോലിക്ക് പോകുന്നത് ഹൃദയം നുറുങ്ങുന്ന വേദനയുളവാക്കി യെങ്കിലും കൗമുദി തന്റെ അച്ഛനെയനുസരിച്ച് ജോലിസ്ഥലത്തേക്ക് പോയി. കൗമുദി താമസിക്കുന്ന വനിതാസദനത്തിൽ കുറച്ചുനാൾകൂടി കഴിഞ്ഞുമാത്രമേ കൊച്ചുകുട്ടികളെ താമസിപ്പിക്കുന്നതിനുള്ള സൗകര്യങ്ങൾ ഉണ്ടാവുകയുള്ളൂ എന്ന് വാർഡൻ അറിയിച്ചിരുന്നു. അങ്ങനെ മീനുക്കുട്ടി അപ്പൂപ്പനും അമ്മൂമ്മയ്ക്കുമൊപ്പം താമസമായി. അവൾക്കവരെ രണ്ടുപേരെയും ഇഷ്ടമാണ്.

# അദ്ധ്യായം 3

മീനുക്കുട്ടിയുടെ വീട്ടിൽ ആയിടെ ഒരു പൂച്ചക്കുഞ്ഞ് കയറിവന്നു. ആരുടെ പൂച്ചയാ ണെന്നറിയില്ല, അത് വളരെ ഇണക്കത്തോടെയാണ് എല്ലാവരുടേയും അടുത്തു കൂടിയത്. വെളുത്തരോമമുള്ള, നീളൻ വാലും ഉണ്ടക്കണ്ണുമുള്ള നല്ല ഭംഗിയുള്ള പൂച്ച. മീനുവിന് അതിനെ ഒത്തിരിയിഷ്ടമായി.

"അപ്പൂപ്പാ, പൂച്ചക്കുട്ടിയെ ഞാനെടുക്കട്ടെ?" മീനുക്കുട്ടിക്ക് പൂച്ചക്കുഞ്ഞിനെ മടിയിലെ ടുത്തുവയ്ക്കാൻ ധൃതിയായി.

"പൂച്ചക്കുഞ്ഞിന് ഞാനൊരു പേരിട്ടേ - ചിന്നൂമണി" മീനു കൈകൊട്ടി ചിരിച്ചു കൊണ്ട് പറഞ്ഞു.

"ചിന്നുമണീന്ന് മോടെ കുഞ്ഞമ്മേ വിളിക്കുന്ന പേരല്ലേ? അതുവേണ്ട വേറൊരു പേര് അപ്പൂപ്പൻ പറയാം" വാസുദേവൻ നായർ മീനുക്കുട്ടിയുടെ പറച്ചിൽ കേട്ട് അറിയാതെ ചിരിച്ചുപോയി.

"അല്ല. ആ പേരുതന്നെ വേണം" മീനു നിർബ്ബന്ധിച്ചപ്പോൾ അപ്പൂപ്പൻ സമ്മതം മൂളി

അങ്ങനെ ആ പൂച്ചക്കുഞ്ഞും കറുകുറ്റിയിലെ ഒരംഗത്തെപ്പോലെയായി. ഇനിയതിനെ എങ്ങും ഉപേക്ഷിക്കേണ്ടെന്ന്വാസുദേവൻനായർ തീരുമാനിച്ചു. പങ്കജവല്ലിയമ്മയ്ക്കും വളർത്തുമൃഗങ്ങളോട് സ്നേഹവും കരുണയുമാണ്. മീനുക്കുട്ടിക്കും ആ ഗുണഗണങ്ങൾ പകർന്നുകിട്ടിയിട്ടുണ്ട്. അവൾ പൂച്ചക്കുഞ്ഞിന് പാലും ബിസ്കറ്റും ഒരു കൊച്ചു കുടുവൻ പിഞ്ഞാണത്തിൽ പകർന്നു നൽകി. ദിവസങ്ങൾ കടന്നുപോ കുന്തോറും 'ചിന്നുമണി' മീനുക്കുട്ടിയുടെ സ്വന്തം കൂട്ടുകാരിയായി. അവൾ മുൻ കാലുകൾ കൊണ്ട് പന്തുതട്ടി മീനുക്കുട്ടിയുടെ അടുത്തേക്കിടും. മീനുക്കുട്ടിയോ ടൊപ്പം ഓടിക്കളിക്കും, നൃത്തം ചെയ്യും. അങ്ങനെ അച്ഛനമ്മമാർ അടുത്തില്ലെന്ന വിഷമം മീനുക്കുട്ടി അറിഞ്ഞതേ

യില്ല.

മീനുവിന് അപ്പൂപ്പന്റെ കൂടെ ചന്തയിലും, കടകളിലുമൊക്കെ പോകാൻ വലിയ താത്പര്യമായിരുന്നു. അന്ന് വാസുദേവൻനായർക്കും മനസ്സിൽ സന്തോഷം തോന്നും.

"അപ്പൂപ്പാ, എനിച്ചു പാടം കാണണം-" ഒരു ദിവസം പാടത്തുപോകാനിറങ്ങിയ വാസുദേവൻനായരോട് മീനു നിർബന്ധിച്ചു പറഞ്ഞു. വിസ്തൃതമായ പാടം മീനുവിന് വളരെയിഷ്ടമാണ്. പച്ചപ്പുതപ്പ് വിരിച്ചിട്ടിരിക്കുകയാണെന്നാണ് കൊച്ചുമീനു ആദ്യം കണ്ടെത്തിയത്.

"അപ്പൂപ്പാ, അമ്മൂമ്മേടെ പുതപ്പിന്റെ നെറമല്ലേ ഇത്? നമ്മക്കീ പുതപ്പൂടെ വീട്ടിൽ ക്കൊണ്ട്വാം"- മീനുക്കുട്ടിയുടെ ആഗ്രഹം കേട്ട് വാസുദേവൻപിള്ള ഉറക്കെച്ചിരിച്ചു.

"യ്യോ, ഇതു മുഴുവൻ ഞാറു നട്ടിരിക്കുവല്യോ മോളൂ? ഞാറിന്റെ പച്ചനിറമാണ്, എന്റെ കുഞ്ഞിനു പുതപ്പാണെന്നു തോന്നിയത്"-അദ്ദേഹം കൊച്ചുമകളെ പറഞ്ഞു മനസ്സിലാക്കാൻ ശ്രമിച്ചു.

ചെറുതായി മഴച്ചാറലുണ്ടായിരുന്നു. മഴച്ചാറലുള്ളതുകൊണ്ട് "വയലിൽ പോകേണ്ടാ"യെന്ന് അപ്പൂപ്പനും, അമ്മൂമ്മയും പറഞ്ഞെങ്കിലും "എനിച്ചവിടേപ്പോണം" എന്നു മീനുക്കുട്ടി വാശിപിടിച്ചു പാടവരമ്പത്ത് വന്നതാണ്. അതെപ്പോഴുമങ്ങ നെയാണ്-മീനുവിന്റെ പിടിവാശിക്കുമുമ്പിൽ അപ്പൂപ്പനും, അമ്മൂമ്മയും തോറ്റു കൊടുക്കും! തോറ്റേ പറ്റൂ! ഇല്ലെങ്കിൽ മീനുക്കുട്ടിക്കും സങ്കടമാകും; അവൾ കരയാ നൊരുങ്ങും. അച്ഛനമ്മമാർ അടുത്തില്ലാത്ത കുഞ്ഞല്ലേ? അവൾ കരയുന്നത് അപ്പൂ പ്പനും അമ്മൂമ്മയ്ക്കും സഹിക്കാനാവില്ല. ഒരു വിഷമവുമവൾക്കുണ്ടാകരുതെന്ന് അവൾക്ക് നിർബന്ധമുണ്ടായിരുന്നു.

"എന്റെ മീനുക്കുട്ടിയല്ലേ, ആ കുട നിവർത്തിപ്പിടിക്ക്"- അപ്പൂപ്പൻ വാത്സല്യപൂർവ്വം കൊച്ചുമകളെ ശാസിച്ചു. അമ്മൂമ്മ കൊടുത്ത കൊച്ചുവർണ്ണക്കുട തനിയെ നിവർ ത്തിപ്പിടിച്ച്, അവൾ വീടിനു മുന്നിലെ കുണ്ടനിടവഴിയിലൂടെ അപ്പൂപ്പനു മുന്നേ ഓടി.

"മീനുക്കുട്ടി, നിൽക്ക്; കല്ലിൽത്തട്ടി കുഞ്ഞുവീഴും, അപ്പൂപ്പന്റെ കൂടെ നടക്ക്" വാസുദേവൻനായർ മീനുക്കുട്ടിയെ വിളിച്ചു ശാസിച്ചു. അദ്ദേഹം അവളോടൊപ്പമെത്താൻ നന്നേ ബുദ്ധിമുട്ടി.

പണിയാളുകൾ പാടത്തു ഞാറുനടുന്ന തിരക്കിലായിരു

ന്നു. മീനുക്കുട്ടിക്കു പാടവും, അതിനരികിലൂടൊഴുകുന്ന കൈത്തോടും വിലങ്ങനെ വച്ചിട്ടുള്ള കൊച്ചുതടിപ്പാലവും, വലിയയിഷ്ടമാണ്. തോട്ടിറമ്പിലിരുന്ന് മുട്ടോളം വെള്ളത്തിൽ കാലുകളിട്ട് വെള്ളം തട്ടിത്തെറിപ്പിക്കുവാനും, തോട്ടിലേക്ക് ചാഞ്ഞുനിൽക്കുന്ന മാവിൻകൊമ്പിൽ നിന്നും നാട്ടുമാമ്പഴം വീഴുമ്പോൾ എടുത്തുതിന്നുവാനും അവൾക്കുത്സാഹമാണ്. അതിനാൽ, അപ്പൂപ്പനെപ്പോഴും പാടാറുള്ള കാറ്റിന്റെ പാട്ടവൾ പാടും.

''കാറ്റേ കാറ്റേ വന്നാട്ടേ
കാട്ടിലും നാട്ടിലും വന്നാട്ടേ
കാറ്റത്തു മാമ്പഴം വീഴ്ത്താമോ?
കണ്ടാൽ നീയൊന്ന് മിണ്ടാമോ?'

ഈ പാട്ടുപാടിയാൽ മാമ്പഴം വീഴുമെന്നാണ് മൂനുക്കുട്ടിയുടെ വിചാരം! ആപ്പിളുമൊക്കെ കഴിച്ചിട്ടുണ്ടെങ്കിലും ചക്കരമാമ്പഴം നൊട്ടിനുണയാനാണ് മീനുവിനു സന്തോഷം! മാമ്പഴം കിട്ടിയാൽപ്പിന്നെ വേറൊന്നുമവൾക്കു വേണ്ട!

അതിനാൽ, അപ്പൂപ്പൻ എപ്പോൾ പാടത്തു വരാനിറങ്ങിയാലും കൂടെ വരാനായി മീനു മുന്നേയൊരുങ്ങും. അതറിയാവുന്നതുകൊണ്ട് തിരക്കുള്ളപ്പോഴും, മീനുവിനു ജലദോഷമോ മറ്റോ ഉള്ളപ്പോഴും ''പാടത്തു പോവുകയാണെന്ന്'' മീനുക്കുട്ടി കേൾക്കേ വാസുദേവൻനായർ പറയുകയില്ല.

ചറുപിറെ ചാറ്റലുണ്ടായിട്ടും കുട മടക്കിവച്ചിട്ടു, ആ മഴയുംകൊണ്ട് മീനുക്കുട്ടി തോട്ടുവക്കത്തിരുന്നു. അപ്പൂപ്പന്റെ കണ്ണുവെട്ടിച്ചാണവളങ്ങനെ ഇരുന്നത്. വാസുദേവൻനായരപ്പോൾ പണിയാളുകൾക്ക് നിർദ്ദേശങ്ങൾ കൊടുക്കുന്ന തിരക്കി ലായിരുന്നു. മീനുവിനെ അത്രയും സമയം ശ്രദ്ധിക്കുവാൻ അദ്ദേഹത്തിനായില്ല.

മീനുക്കുട്ടിക്ക് നൂലുപോലെ പെയ്തിറങ്ങുന്ന മഴത്തുള്ളികളെ ഏറെയിഷ്ടമാണ്. ചാറ്റൽമഴ മുഴുവൻ അവൾ നനഞ്ഞു.

''മോളിവിടിരുന്നാകെ നനഞ്ഞല്ലോ, എന്താ കുഞ്ഞു ചെയ്തത്? മഴ നനഞ്ഞാൽ പനി പിടിക്കില്ലേ?'' വാസുദേവൻനായർ തിരികെ വന്നപ്പോൾ മീനുവിനെ ശാസിച്ചു. അദ്ദേഹം ഉടനെതന്നെ തോളിൽക്കിടന്ന രണ്ടാംമുണ്ടെടുത്ത് മീനുവിന്റെ തല തുവർത്തിക്കൊടുത്തു.

''നമുക്ക് പോകാം; മോളുടെ ഉടുപ്പാകെ നനഞ്ഞല്ലോ?

ഒക്കെ മാറ്റിയിട്ടു നല്ല ഉടുപ്പിടണം, ഇല്ലെങ്കിൽ ജലദോഷം വരും"- വാസുദേവൻനായർ ഇത്രയും പറഞ്ഞുകൊണ്ട് മീനുവിന് കുട നിവർത്തിക്കൊടുത്തു. അവർ രണ്ടുപേരും വീട്ടിലേക്കുമടങ്ങി.

# അദ്ധ്യായം 4

മിക്കവാറും ദിവസങ്ങളിൽ "അമ്മയുടെയടുത്ത് പോകണം" എന്നുപറഞ്ഞ് മീനുട്ടി വാശിപിടിച്ചുകരയും! അപ്പോൾ അപ്പൂപ്പനും, അമ്മൂമ്മയും അവളെ ആശ്വസിപ്പിക്കും. മീനു സന്തോഷിക്കാൻ വേണ്ടി കഥകളും, പാട്ടുകളും പറഞ്ഞുകൊടുത്തു. കൗമുദി അടുത്ത ഞായറാഴ്ച വരാമെന്നാണ് പറഞ്ഞിരിക്കുന്നത്.

രാവിലെ തുടങ്ങിയ മഴയാണ്! ഉച്ചയായിട്ടും മഴ അവസാനിക്കുന്നില്ല. കോരിച്ചൊരിയുന്ന മഴയ്ക്ക് അകമ്പടിയായി ഇടിയും മിന്നലും! നേരം ഉച്ചതിരിഞ്ഞതേയുള്ളൂ. എന്നിട്ടും ചുറ്റുപാടും ഇരുട്ടു പരക്കുകയായിരുന്നു.

പങ്കജവല്ലിയമ്മ, മീനുക്കുട്ടിയോടൊപ്പം വീടിന്റെ ഉമ്മറത്തിരിക്കുകയായിരുന്നു. അവർ, പേരക്കുട്ടിയുടെ നെറ്റിയിൽ വീണുകിടന്ന മുടിയിഴകൾ മാടിയൊതുക്കാൻ ശ്രമിച്ചു. മീനുവിന്റെ നെറ്റി ചൂടുകൊണ്ടു ചുട്ടുപൊള്ളുന്നു! ഭയങ്കര പനിയാണ്! ഇടയ്ക്കിടെ കുഞ്ഞിന്റെ ശരീരം തണുക്കുന്നുമുണ്ട്. പങ്കജവല്ലിയമ്മ, മീനുവിനെ മുറിയിൽ കൊണ്ടുപോയി കട്ടിലിൽ കിടത്തി. മീനു ഇടയ്ക്കിടെ പിച്ചും, പേയും പറയുന്നുണ്ട്.

"എനിച്ചമ്മയെ കാണണം, കാണണം..." മീനുവിന്റെ ശബ്ദം നേർത്തുനേർത്തു വന്നു. പങ്കജവല്ലിയമ്മ ഒരു ചെറിയ തുണിക്കഷ്ണം വെള്ളത്തിൽ നനച്ച് മീനുവിന്റെ നെറ്റിയിലിട്ടു. പക്ഷേ, അതൊന്നുംകൊണ്ട് കുഞ്ഞിന്റെ അസുഖത്തിന് ശമനമായില്ല.

പങ്കജവല്ലിയമ്മ പിന്നെയൊന്നും ആലോചിച്ചില്ല. പെട്ടെന്നു കൗമുദിയുടെ ഹോസ്റ്റ ലിലേക്ക് പോകുവാൻ തീരുമാനിച്ചു. വാസുദേവൻനായർ, ഇളയമകൾ കാദംബ രിയുടെ ജോലിസ്ഥലത്ത് പൊയിരിക്കുകയാണ്. അവളും, ഭർത്താവും ബാംഗ്ലൂരിൽ

SURESH
KYLM.

ഒരു എക്സ്പോർട്ടിംഗ് കമ്പനിയിലാണ് ജോലിചെയ്യുന്നത്. ജോലിസംബന്ധമായി കാദംബരിയുടെ ഭർത്താവ് ഗോപന് വിദേശത്ത് കുറച്ചുദിവസം പോകേണ്ടതായ കാര്യമുള്ളതുകൊണ്ടാണ് വാസുദേവൻനായർ കാദംബരിയുടേയും കുഞ്ഞിന്റേയും കൂടെ ബാംഗ്ലൂരിൽ ചെന്നുനിൽക്കുന്നത്.

മേലത്തൂർ ദേശത്ത് ഫോൺ ഉള്ളത് കറുകുറ്റിയിൽ മാത്രമാണ്. അതിനുതക്കതായ സാമ്പത്തികഭദ്രതയൊക്കെ വാസുദേവൻനായർക്കുണ്ടായിരുന്നു. അദ്ദേഹം പാട്ടാളത്തിൽ നിന്നും വിരമിച്ചയാളാണ്. പോരാത്തതിനൽപം കൃഷിയും മറ്റുമുണ്ട്. മൂന്നു പെൺമക്കളേയും നല്ലനിലയിൽ വിവാഹം ചെയ്തയച്ചതാണ്. പക്ഷേ, പണം എല്ലാ ത്തിനും പരിഹാരമല്ലല്ലോ? വാസുദേവൻനായരുടെയും, പങ്കജവല്ലിയമ്മ യുടേയും സന്തോഷങ്ങൾക്കെല്ലാം തടയിടുന്നതായിരുന്നു മീനുക്കുട്ടിയുടെ അച്ഛന്റെ മരണം! കൗമുദിയുടെ സങ്കടം ജീവിതത്തിലൊരു മുറിപ്പാടായി. മറ്റൊരു ദുഃഖമില്ലാതിരു ന്നതിന് വിധി കൊടുത്തതാണീ ദുഃഖമെന്ന് എല്ലാവരും പറഞ്ഞു. എല്ലാ പൂർണ്ണ തയോടും കൂടിയ ജീവിതങ്ങൾ വിരളമാണ്; ഇല്ലെന്നുതന്നെ പറയാം. ചിലർ അവരുടെ ജീവിതം സമ്പൂർണമെന്നുകരുതും. പക്ഷേ, അങ്ങനെ ഭാവിക്കുമ്പോഴും അവരുടെ ദുഃഖങ്ങൾ ഉള്ളിൽ തണുത്തുറഞ്ഞിരിപ്പുണ്ടാവും.

ചിലർക്കു ജീവിതം കപടതകളുടേയും, ക്രൂരതകളുടേയും കേദാരമാണ്. അത്തരക്കാർ പുറമേ ചിരിക്കും; അകമേ, കൊല്ലാൻ വാളെടുക്കും. അവരുടെ മനസ്സ് കാളിമ നിറഞ്ഞതാണെന്ന് അടുത്തറിയുന്നവർക്ക് മനസ്സിലാകും. അതിന്റെ ദുരിതങ്ങളുടെ പ്രകമ്പനങ്ങൾ മറ്റുള്ളവർക്ക് കുറച്ചൊന്നുമല്ല ബുദ്ധിമുട്ടുകളുണ്ടാക്കുന്നത്. ആ പ്രകമ്പനങ്ങളുടെ തീപ്പൊരി വീണ് പല ജീവിതങ്ങളും കത്തിച്ചാമ്പലാകാറുമുണ്ട്.

പക്ഷേ, വാസുദേവൻനായർക്ക് മറ്റുള്ളവരെ ഒരു കാര്യത്തിനും ബുദ്ധിമുട്ടിക്കാതെ ജീവിക്കണമെന്നായിരുന്നു ആഗ്രഹം. അദ്ദേഹം ആരെയും ദ്രോഹിക്കാതെ ഒരു പാവം മനുഷ്യനായിരുന്നു. പങ്കജവല്ലിയും ഏകദേശം ഇതേ സ്വഭാവക്കാരിയായിരുന്നു. അതുകൊണ്ടാണ് അവർക്ക് ഒത്തൊരുമയോടെ ജീവിക്കാൻ സാധിക്കുന്നത്. അച്ഛനമ്മമാരുടെ സദ്ഗുണങ്ങളല്ലാംതന്നെ മൂന്നുപെൺമക്കൾക്കും ലഭിച്ചിരുന്നു. മാത്രമല്ല, അവരുടെ മക്ക

ൾക്കും ആ നല്ല സ്വഭാവങ്ങൾ പകർന്നു കിട്ടിയിരുന്നു!

വാസുദേവൻനായർക്ക് ഫോൺ ചെയ്തിട്ട് പങ്കജവല്ലിയമ്മ പെട്ടെന്നു തന്നെ വീടുപൂട്ടി മീനുവിനെയുമെടുത്തിറങ്ങി.

''എങ്ങോട്ടാ അമ്മൂമ്മയും കൊച്ചുമോളും കൂടി?'' കൗമുദി യുടെ കൂടെ സ്ക്കൂളിൽ ഒന്നിച്ചുപഠിച്ച രജനി വഴിയിൽവച്ചു ചോദിച്ചു.

''കൗമുദിയുടെയടുത്തുവരെ പോവുകയാണ്''-പങ്കജവല്ലിയ മ്മ അൽപം തിടുക്കത്തോടെ പറഞ്ഞു.

തുള്ളിക്കൊരുകുടം പേമാരിയാണ്. മീനുക്കുട്ടി അമ്മൂമ്മയെ ഇറുക്കിപ്പിടിച്ചു. അവളെ പുതപ്പിച്ചിരുന്ന ടൗവ്വൽ ഒന്നുകൂടി നേ രെയാക്കിയിട്ടു പങ്കജവല്ലി എതിർഭാഗത്തു നിന്നുവന്ന എറണാ കുളം ബസ്സിനു കൈകാണിച്ചുനിർത്തി. വേഗം കുഞ്ഞിനേയും കൊണ്ടവർ ബസ്സിൽ കടന്നിരുന്നു.

# അദ്ധ്യായം 5

ബസ്സിൽ നല്ല തിരക്കായിരുന്നു. ഇപ്പോൾ, ബസ്സുകളിലെ തിരക്കിനു കാരണം ആവശ്യത്തിനു സർക്കാർ വാഹനങ്ങളില്ലാത്തതാണ്. സമരക്കാർ തന്നെ എത്ര ബസ്സുകൾക്ക് കേടുവരുത്തുന്നു! മിക്ക ബസ്സുകളിലും മഴക്കാലത്തു യാത്രക്കാർ കുടചൂടിയിരിക്കേണ്ട അവസ്ഥയാണ്! പെയ്യുന്ന മഴത്തുള്ളികളത്രയും ബസ്സിന്റെ മേൽക്കൂരയിലൂടെ ഉള്ളിലേക്കരിച്ചിറങ്ങും.

ഏതോ ഒരു ചെറുപ്പക്കാരിയെഴുന്നേറ്റ് മാറിയതുകൊണ്ടാണ് പങ്കജവല്ലിയമ്മയ്ക്കിരിക്കുവാൻ സ്ഥലം കിട്ടിയത്.

''അതേതോ മനുഷ്യത്വവും, ഗുരുത്വവുമുള്ള കുട്ടിയാണ്''-പങ്കജവല്ലിയുടെ മനസ്സിൽ ആ പെൺകുട്ടിക്ക് നന്ദി പറഞ്ഞു. ഇപ്പോഴത്തെക്കാലത്ത് ആധുനിക യുവതികളും, യുവാക്കളും മുതിർന്നവരോടിത്തരം ബഹുമാനങ്ങൾ കാട്ടുന്ന പതിവില്ല! എത്ര സുഖമില്ലാത്തവരും, വൃദ്ധരും, ചെറിയ കുഞ്ഞുങ്ങളേയുമെടുത്തു വരുന്നവരും ബസ്സിലും, ട്രെയിനിലുമൊക്കെ നിന്ന് യാത്രചെയ്യുമ്പോഴും പലരും സുഖമായി സ്വന്തം സീറ്റിലിരുന്ന് യാത്ര ചെയ്യുന്ന കാഴ്ചയാണ് നാം കാണാറുള്ളത്. അൽപമൊന്ന് ഒതുങ്ങിക്കൊടുക്കാനോ, എഴുന്നേറ്റുനിൽക്കാനോ ഉള്ള ദയ ഇക്കൂട്ടർ കാണിക്കാറില്ല. ഇന്നത്തെ ലോകം അത്ര സ്വാർത്ഥതയാണ്.

ബസ്സിൽക്കറിയതോടെ മീനുക്കുട്ടി ഉറങ്ങുവാൻ തുടങ്ങി. ബസ്സിനുവേഗം പോരെന്ന് പങ്കജവല്ലിയമ്മയ്ക്ക് തോന്നി. അതെളുപ്പം ലക്ഷ്യത്തിലെത്താനുള്ള ധൃതി കൊണ്ടാണ്. അങ്ങനെ ധൃതിയുള്ളപ്പോൾ ഏതുകാര്യവും പെട്ടെന്ന് സാധിക്കണെ മെന്ന് തോന്നുമ്പോഴാണ് യാത്രചെയ്യുന്ന വാഹനത്തിനും മറ്റും വേഗത പോരായെന്ന് തോന്നുന്നത്.

ഇടയ്ക്കിടെ മീനു ഞരങ്ങുകയും, മൂളുകയും ചെയ്യുന്നുണ്ട്.

"എത്രയും വേഗം സെന്റ് മേരീസ് കവലയിൽ എത്തിയാൽ മതിയായിരുന്നു." -പങ്കജവല്ലിയമ്മ സകലദൈവങ്ങളേയും മനസ്സിൽ വിളിച്ചു.

സെന്റ് മേരീസ് കവലയിൽ മൂന്നാലാളുകൾ ഇറങ്ങാനുണ്ടായിരുന്നു. പങ്കജവല്ലിയമ്മ മീനുവിനേയും കൊണ്ട് വേഗമിറങ്ങി. കൈയ്യിലുള്ള കുട, അടുത്തുനിന്ന യാത്ര ക്കാരിയെക്കൊണ്ട് നിവർത്തിപ്പിച്ച്, അവർ വേഗം നടന്നു. ഒന്നര കിലോമീറ്റർ നടന്നാൽ മാത്രമേ ആശുപത്രിക്കു സമീപമുള്ള വനിതാ സദനത്തിലെത്തുകയുള്ളൂ. ഏതോ അദൃശ്യശക്തി സഹായിച്ചിട്ടെന്നപോലെ വേഗം നടക്കാൻ പങ്കജവല്ലിയമ്മയുടെ കാലുകൾക്ക് കൂടുതൽ ശക്തി കിട്ടി. ഇല്ലെങ്കിൽ കോരിച്ചൊരിയുന്ന മഴയത്ത് മീനുവിനേയും തോളിലിട്ട്, അത്രയുംദൂരം നടക്കുവാൻ അവർക്ക് കഴിയുമായിരുന്നില്ല. പങ്കജവല്ലിയമ്മ സർവ്വദൈവങ്ങളേയും വിളിച്ചു പ്രാർത്ഥിച്ചു.

## അദ്ധ്യായം 6

വനിതാസദനത്തിന്റെ ഗേറ്റിൽ കുടയും പിടിച്ചുനിൽക്കുന്ന ഒരു രൂപം വളരെ ദൂരത്തു നിന്നുതന്നെ പങ്കജവല്ലിയമ്മയുടെ ശ്ര ദ്ധയിൽപെട്ടിരുന്നു. അതു ഹോസ്റ്റലിലെ അടുക്കളയിലേക്കാവ ശ്യമുള്ള വിറകുകീറുന്നതിനും, മറ്റും നിൽക്കുന്ന കറിയാച്ചനാ യിരുന്നു. പങ്കജവല്ലി ഇതിനുമുമ്പ് വനിതാസദനത്തിൽ വന്നിട്ടു ള്ളതുകൊണ്ട് ഡോ. കൗമുദിയുടെ അമ്മയാണ് വരുന്നതെന്ന് അയാൾക്കറിയാമായിരുന്നു.

''എന്താ ഈ പെരുമഴയത്ത് അമ്മ കുഞ്ഞിനേയുംകൊണ്ട് വന്നത്?'' കറിയാച്ചൻ ഗേറ്റു തുറന്നുകൊടുക്കുന്നതിനിടയിൽ ഉത്കണ്ഠയോടെ ചോദിച്ചു.

''ഇവൾക്ക് പൊള്ളുന്ന പനിയാണ്. കൗമുദിയെ കാണിക്കാ ൻ കൊണ്ടുവന്നതാണ്'' ഒറ്റശ്വാസത്തിൽ മറുപടി പറഞ്ഞിട്ട് പങ്ക ജവല്ലിയമ്മ ഹോസ്റ്റലിലേക്ക് നടന്നു. അല്ല, അവർ ഓടുകയായി രുന്നു. ഹോസ്റ്റലിൽ എത്തിച്ചേർന്നതിന്റെ സമാധാനം കുറച്ചൊ ന്നുമല്ല അവർക്കുണ്ടായിരുന്നത്.

വനിതാസദനത്തിന്റെ ചുറ്റും രണ്ടേക്കർ തെങ്ങിൻപുരയി ടമുണ്ട്. അതിനെ ചുറ്റി കരിങ്കൽ മതിൽക്കെട്ടുമുണ്ട്. ഗേറ്റു കട ന്ന് ചെല്ലുന്നവർ ആ പുരയിടത്തിൽ മദ്ധ്യത്തിലൂടെയുള്ള ചെമ്മ ൺപാതയിലൂടെയാണ് വനിതാസദനത്തിനു മുന്നിലെത്തേണ്ട ത്. ആ വഴിയിലൂടെ മീനുവിനേയുമെടുത്ത് പങ്കജവല്ലിയമ്മ ശര വേഗ ത്തിലാണ് വന്നത്.

വാർഡൻ സരസ്വതീദേവി സന്ദർശനമുറിയിൽ ആരോടോ സംസാരിക്കുകയായിരുന്നു. പങ്കജവല്ലിയമ്മയെക്കണ്ട്, അവർ പെട്ടെന്ന് സംസാരം നിർത്തി മുറിക്ക് പുറത്തേക്ക് വന്നു.

''വന്നാട്ടെ, കൗമുദിയുടെയമ്മേ, കുഞ്ഞിനേയും കൊണ്ടി പ്പോൾ വന്നതെന്താണ്?'' നേരത്തെ കൗമുദിയെ ഹോസ്റ്റലിൽ

താമസത്തിനുകൊണ്ടുവരുമ്പോൾ വാസുദേവൻ നായരും, പങ്കജവല്ലിയമ്മയും കൂടിയാണ് അവളോടൊപ്പം വന്നത്. അതുകൊണ്ട് വാർഡൻ ഡോ. കൗമുദിയുടെ അമ്മയെ പെട്ടെന്നുതന്നെ തിരിച്ചറിഞ്ഞു.

പങ്കജവല്ലിയമ്മ കാര്യങ്ങൾ ചുരുക്കത്തിലവരോട് പറഞ്ഞു. എത്രയും പെട്ടെന്ന് മീനിക്കുട്ടിയെ കൗമുദിയെ കാണിക്കാനുള്ള തിടുക്കമായിരുന്നവർക്ക്! അവിടെ, വാർഡനോടൊപ്പം നിന്നിരുന്ന രണ്ടു പെൺകുട്ടികൾ പോയി കൗമുദിയെ കൂട്ടി ക്കൊണ്ടു വന്നു.

അമ്മയും, കുഞ്ഞും വന്നിരിക്കുന്നുവെന്ന് അറിഞ്ഞപ്പോൾ തന്നെ കൗമുദി ഹോസ്റ്റലിന്റെ സ്വീകരണമുറിയിലേക്ക് പാഞ്ഞു. അവിടെയെത്തിയതും മീനുവിനെയെടുത്ത് തുരുതുരെ ഉമ്മവച്ചു.

''മീനുവിന് പൊള്ളുന്ന പനിയാണല്ലോ?'' മീനുവിന്റെ നെറ്റിയിൽ കൈചേർത്തു കൊണ്ട് കൗമുദി വ്യാകുലപ്പെട്ടു.

''പനി കൂടിയതുകൊണ്ടാണ് ഞാൻ കുഞ്ഞിനേയുമെടുത്ത് പെട്ടെന്നിങ്ങോട്ടു വന്നത്. നിന്നെ കണ്ടാൽ മീനുവിനു സന്തോഷമാകുമെന്ന് തോന്നി.'' പങ്കജവല്ലിയമ്മ കൗമുദിയെ ആശ്വസിപ്പിച്ചു.

''അമ്മ വരൂ'' എന്നു പറഞ്ഞുകൊണ്ട് കൗമുദി മീനുവിനേയുമെടുത്ത് പങ്കജവല്ലിയമ്മ യോടൊപ്പം തന്റെ മുറിയിലേക്ക് നടന്നു. ഒന്നാംനിലയിൽ സരസ്വതി വാർഡിന്റെ മുറിയോടുചേർന്ന റൂംനമ്പർ 2-ലാണ് കൗമുദി താമസിക്കുന്നത്. അവിടേക്ക് നടന്നപ്പോൾ മീനുക്കുട്ടി, തന്നെയെടുത്തിരിക്കുന്ന അമ്മയുടെ തോളോടുപറ്റിച്ചേർന്ന് കിടക്കുകയായിരുന്നു. പനികൊണ്ട് ഒരു വാടിയ ചീരത്തണ്ടുപോലെ അവൾ തളർന്നിരുന്നു. മൂന്നാലുദിവസങ്ങളായി മീനുവിന്റെ കളിയും, ചിരിയും കേൾക്കാത്തതിന് പങ്കജവല്ലിയമ്മയ്ക്കും സങ്കടം പറഞ്ഞാൽ തീരില്ലായിരുന്നു.

മീനുവിന്റെ മുഖം കണ്ടപ്പോൾ കൗമുദിക്ക് കരച്ചിലടക്കാനായില്ല. ''തന്റെ മകൾ... മീനു മാത്രമല്ലേ തനിക്കുള്ളൂ...'' അവൾ വേദനയോടെയോർത്തു.

പെട്ടെന്നുതന്നെ മീനുവിനുള്ള പ്രാഥമികശുശ്രൂഷകൾ കൗമുദി ചെയ്തു. ആദ്യം തന്നെ, കുഞ്ഞിന്റെ ദേഹത്തെ ചൂടകുറയ്ക്കുവാൻ തന്റെ ബാഗിൽ എപ്പോഴും കരുതുന്ന ഫസ്റ്റ് എയ്ഡ്

കിറ്റിൽ നിന്നും തെർമോമീറ്റർ എടുത്തു മീനുവിന്റെ വായ് തുറന്നിട്ടു നാക്കിനടിയിൽ വച്ചു.

"102 ഡിഗ്രി പനിയുണ്ട്" തെർമോമീറ്റർ പരിശോധിച്ചിട്ട് കൗമുദി ആധിയോടെ പറഞ്ഞു. ഒരു ഡോക്ടർ എന്നതിനേക്കാളുപരി ഒരമ്മയുടെ വേവലാതിയായിരുന്നു ആ വാക്കുകളിലുണ്ടായിരുന്നത്. അവൾ മീനുവിന് ചൂടുകുറയുവാനുള്ള മരുന്ന് നൽകി. മീനുവിനെ കഥപറഞ്ഞുറക്കി, നന്നായി പുതപ്പിച്ച് കിടത്തുകയും ചെയ്തു.

മകളുണരുമ്പോഴും താനടുത്തുതന്നെയുണ്ടവണമെന്ന് കൗമുദി തീരുമാനിച്ചു. മീനുവിന് കൊടുക്കുവാനുള്ള പാലും, റസ്കും എടുത്തുകൊണ്ടുവരാൻ അവൾ ഭക്ഷണശാലയിലേക്ക് നടന്നു. മകളുണരുമ്പോഴേക്കും തിരികെയെളുപ്പമെത്താമെന്നവൾ ഓർത്തു.

"അമ്മേ, ഞാനിപ്പോൾ വരാം"-മീനുക്കുട്ടിയെ പങ്കജവല്ലിയമ്മയെ ഏൽപ്പിച്ചിട്ട് കൗമുദി ഭക്ഷണശാലയിലേക്കു നടന്നു.

വനിതാസദനത്തിലെ താമസക്കാർക്കുള്ള മുറികളെല്ലാം കഴിഞ്ഞുകാണുന്ന വലിയ മുറിയാണ് ഭക്ഷണശാലയായി പ്രവർത്തിക്കുന്നത്. നിരനിരയായി മേശകളും, കസേര കളുമിട്ടിരിക്കുന്നു. ആഹാരത്തിനുള്ള മണിയടിശബ്ദം കേൾക്കുമ്പോൾ എല്ലാവരും അവിടെയെത്തി ഭക്ഷണം കഴിക്കും. നല്ല രുചിയുള്ള ഭക്ഷണം തയ്യാറാക്കണമെന്ന് വാർഡനു നിർബന്ധമാണ്. ഭക്ഷണശാലയോടു ചേർന്നുള്ള അടുക്കളയിൽ വാർഡൻ പ്രത്യേകം നിരീക്ഷണത്തിനായി മിക്കപ്പോഴും വന്നു നിൽക്കാറുണ്ട്. കലവറയിലും അവരുടെ ശ്രദ്ധയെപ്പോഴുമുണ്ടായിരുന്നു. അതുകൊണ്ടുതന്നെ വനിതാസദനത്തിലെ ഭക്ഷണത്തെക്കുറിച്ച്, ആർക്കുമൊരു പരാതിയുമില്ലായിരുന്നു. അടുക്കളയിൽ പറഞ്ഞാൽ അതിഥികൾക്കുള്ള ഭക്ഷണവും തയ്യാറാക്കും.

# അദ്ധ്യായം 7

"മീനുക്കുട്ടിയൊരു കുസൃതിക്കുട്ടിയാണല്ലേ?" സരസ്വതി വാർഡൻ സ്നേഹപൂർവ്വം പങ്കജവല്ലിയോട് ചോദിച്ചു.

"അതേ, മീനു ഒരിടത്തടങ്ങിയിരിക്കില്ല! എന്തെങ്കിലും ചോദിച്ചുകൊണ്ടേയിരിക്കും. കൗമുദി അടുത്തില്ലാത്തതുകൊണ്ട് അമ്മയെ കാണാത്ത വിഷമവുമുണ്ട്!"

പിന്നെ കൗമുദിയായി അവരുടെ സംസാരവിഷയം.

"ഈ ആശുപത്രിയും, രോഗികളുമാണ് ഇപ്പോൾ അവളുടെ ലോകം. കൗമുദി പണ്ടേയങ്ങനെയാണ്; ഒരു തീരുമാനമെടുത്താൽ പിന്നെ ആരുപറഞ്ഞാലും അതിൽ നിന്ന് പിൻമാറില്ല. മീനുക്കുട്ടിക്കും ആ നിർബന്ധമൊക്കെ കിട്ടിയിട്ടുണ്ട്; ഭയങ്കര ശാഠ്യമാണ്" മീനുവിനെ വാത്സല്യപൂർവ്വം തഴുകിക്കൊണ്ട് പങ്കജവല്ലിയമ്മ പറഞ്ഞു.

അപ്പോഴേക്കും ഒരു ഗ്ലാസ്സിൽ ചെറുചൂടുള്ള പാലും, പിഞ്ഞാണത്തിൽ റസ്കുമായി കൗമുദിയവിടേക്കു കടന്നുവന്നു. അതോടെ സംഭാഷണം നിർത്തി സരസ്വതിയും, പങ്കജവല്ലിയമ്മയും അന്യോന്യം നോക്കിയിരുന്നു.

കുറച്ചുകഴിഞ്ഞപ്പോൾ മീനുക്കുട്ടി കണ്ണുതുറന്നു. അവൾക്കാ മുറിയും മറ്റും അപരിചിതമായിരുന്നു. പെട്ടെന്ന് അമ്മയേയും, മുത്തശ്ശിയേയും കണ്ടതോടെ ആ അപരിചിതത്വം പമ്പ കടന്നു. അവൾക്കു സന്തോഷമായി. പക്ഷേ, പനിക്കൊട്ടും കുറവില്ലായിരുന്നു.

"ഇതാരാ?" സരസ്വതി വാർഡനെക്കണ്ട് മീനു ചോദിച്ചു. അവളാദ്യമായി അവരെ കാണുകയായിരുന്നു.

"ഇതു സരസ്വതിയമ്മൂമ്മയാ, മോളുടെ മുത്തശ്ശിയെപ്പോലെ വേറൊരമ്മൂമ്മ!"- കൗമുദി, സരസ്വതിവാർഡനെ മീനുക്കുട്ടിക്ക് പരിചയപ്പെടുത്തി.

SURESH KYLM

വെളുത്ത പഞ്ഞിക്കെട്ടുപോലത്തെ തലമുടിയുള്ള സരസ്വതീവാർഡനെ മീനുക്കുട്ടി ക്കിഷ്ടപ്പെട്ടു.

"നമുക്ക് കുഞ്ഞിനെ സി.എം.ഓ.യെ കാണിച്ചാലോ?" കൗമുദി പങ്കജവല്ലിയമ്മയോട് അഭിപ്രായം ചോദിച്ചു. പങ്കജവല്ലിയമ്മയ്ക്കും അതു പറയണമെന്നുണ്ടായിരുന്നു. ഡോ ബാലചന്ദ്രൻ കൗമുദിയുടെ മേലുദ്യോഗസ്ഥനാണ്. അദ്ദേഹം ആശുപത്രിയിലെ ചീഫ് മെഡിക്കൽ ആഫീസറും, കൗമുദി മെഡിക്കൽ ആഫീസറുമാന്. അവിടടുത്തു തന്നെയാണ് ബാലചന്ദ്രന്റെ ക്വാർട്ടേഴ്സ്. ഭാര്യ സുമയും, മക്കൾ ഹേമന്തും, ശരത്തും ഒപ്പമുണ്ട്.

രാത്രി-സമയം പത്തുമണിയോടടുത്തു. മഴയ്ക്ക് ശമനമായി ഹോസ്റ്റൽ വാച്ചർ രാമകൃ ഷ്ണൻ നായരേയും കൂട്ടി കൗമുദിയും, പങ്കജവല്ലിയും ഡോ ബാലചന്ദ്രന്റെ താമസസ്ഥലത്തേക്ക് നടന്നു. മീനുവിനെ കൗമുദിയാണെടുത്തിരുന്നത്. കുഞ്ഞിന് തണുപ്പടി ക്കാതിരിക്കാനായി അവളെ പുതപ്പിച്ചിരുന്ന പുതപ്പ് കൗമുദി ഒന്നുകൂടി ശരിയായിട്ടു.

ഡോ.ബാലചന്ദ്രൻ ഉറങ്ങിയിട്ടില്ലായിരുന്നു. അദ്ദേഹം ആഹാരം കഴിക്കുകയായിരു ന്നതിനാൽ ഭാര്യ സുമ, വന്നവരോടു കുശലമന്വേഷിച്ചു.

"മീനു നല്ല ഉറക്കമായിരുന്നു. ഇടയ്ക്കിടയ്ക്ക് ഞെളിപിരി കൊള്ളുന്നുമുണ്ട്. ചില പ്പോൾ വയറുവേദന കാണുമായിരിക്കും"- കൗമുദി ആധിയോടെയോർത്തു. എത്ര രോഗികളെയാണ് അവൾ ദിവസവും പരിശോധിക്കുന്നത്! പക്ഷേ, സ്വന്തം മകൾക്കസുഖം വന്നപ്പോൾ കൗമുദിക്കതു സഹിക്കാൻ പറ്റുന്നില്ലായിരുന്നു.

ബാലചന്ദ്രൻ ഡോക്ടർ വന്നു മീനുക്കുട്ടിയെ പരിശോധിച്ചു. അദ്ദേഹം അവളുടെ നാഡിമിടിപ്പ് പരിശോധിച്ചിട്ട് കൺപോളകളുയർത്തി കണ്ണുകളിലേക്ക് നോക്കി. "മോളുടെ കണ്ണിനു ലേശം മഞ്ഞനിറമുണ്ട്; മൂത്രത്തിനു മഞ്ഞനിറമോ മറ്റോ കണ്ടായിരുന്നോ?" ബാലചന്ദ്രൻ സംശയത്തോടെ ചോദിച്ചു.

"ഇല്ല" പങ്കജവല്ലിയമ്മ പെട്ടെന്ന് പറഞ്ഞു.

"മീനുക്കുട്ടി ഒത്തിരിനേരം വെള്ളത്തിൽ കളിക്കും. അങ്ങനെ പനിയായതാണ്." അവർ വിശദീകരിച്ചു.

"ഏതായാലും നാളെ രാവിലെ കൗമുദി, മീനുവിന്റെ മൂത്രം കൂടിയൊന്ന് പരിശോധിപ്പിക്കണം; ഇപ്പോഴത്തെ പനിയല്ലേ, ഒരു

മുൻകരുതലിന് വേണ്ടിയാണ്.'' ഡോ. ബാലചന്ദ്രൻ അവരെ സമാധാനിപ്പിക്കാനെന്നോണം പറഞ്ഞു.

ഒട്ടൊരു ആശ്വാസത്തോടെയാണ് കൗമുദിയും, അമ്മയും ബാലചന്ദ്രൻ ഡോക്ടറുടെ വീട്ടിൽ നിന്നുമടങ്ങിയത്. പക്ഷേ, പിറ്റേദിവസം ഡോക്ടർ, മീനുവിനെ ആശുപത്രി യിൽ പ്രവേശിപ്പിക്കാൻ പറഞ്ഞു. ഹോസ്റ്റലിലെ വിദ്യാർത്ഥികൾക്കും മറ്റും പനി പകരാതിരിക്കുന്നതിനാണ് അങ്ങനെയൊരു മുൻകരുതലെടുത്തത്. പങ്കജവല്ലിയമ്മ മീനുവിന് കൂട്ടിരുന്നു.

മീനുവിന് ആശുപത്രിവാസം ഇഷ്ടപ്പെട്ടു. എപ്പോഴും വെള്ളയുടുപ്പിട്ട നേഴ്സ് ആന്റിമാർ അവൾക്ക് മരുന്നുകൊടുക്കും; നല്ല കഥകൾ പറഞ്ഞുകൊടുക്കും. റോസമ്മ സിസ്റ്ററിനേയും, അശ്വതി സിസ്റ്ററിനേയും മീനുക്കുട്ടിക്കേറെ ഇഷ്ടമായി!

റോസമ്മ സിസ്റ്റർ നല്ല വെളുത്ത ചുമന്നുതുടുത്ത മുഖമുള്ളവളായിരുന്നു. ഒരു റോസാപ്പൂവിന്റെ ഹൃദയസുഗന്ധവും ആ സിസ്റ്ററിനുണ്ടായിരുന്നു! അശ്വതി സിസ്റ്റർ കറുത്തൽപ്പം വണ്ണമുള്ള സ്ത്രീയാണ്. പക്ഷേ അശ്വതിയും പാവമായിരുന്നു. ''രോഗികളുടെ വേദന ഒപ്പിയെടുക്കുന്നൊരു നേഴ്സ്'' അതാണ് അശ്വതി! രണ്ടു പേരും ഹോസ്റ്റലിൽ ഡോ. കൗമുദിയോടൊപ്പം ഒരേ മുറിയിൽ തന്നെയാണ് താമസി ക്കുന്നത്.

എപ്പോഴും തന്നോട് ചിരിക്കുകയും, കളിക്കുകയും ചെയ്യുന്ന നേഴ്സാന്റിമാരെ മീനുക്കുട്ടിക്കൊത്തിരിയിഷ്ടമായി. മീനുവിന്റെ അമ്മ അവളോടിതിലും ഗൗരവത്തോടെ യാണ് സംസാരിക്കുന്നത്. അവളെക്കൊഞ്ചിക്കാൻ കൗമുദിക്ക് അധികം സമയം കിട്ടാറില്ല. എന്നുതന്നെയല്ല, മീനുവിന്റെ മുഖം കാണുമ്പോൾ അവർക്ക് സങ്കടമാണ്. അതു മീനുക്കുട്ടിക്കറിയില്ലല്ലോ? അവൾക്ക് ആമ കളിക്കാനും, പാട്ടുപാടിയുറക്കാനും, എന്തിനും, ഏതിനും അമ്മ വേണമായിരുന്നു. പങ്കജവല്ലിയമ്മ തിരികെ വീട്ടിൽപ്പോയ തോടുകൂടിയാണ് മീനുവിന് നിർബന്ധങ്ങൾ കൂടിയത്. നേരത്തേ ഏതുകാര്യത്തിനും അവൾക്ക് അപ്പൂപ്പനും, അമ്മൂമ്മയും കൂട്ടിനുണ്ടായിരുന്നു. ''ഈ അമ്മയെന്തായിങ്ങനെ?'' മീനുക്കുട്ടിക്ക് എത്ര ചിന്തിച്ചിട്ടും മനസ്സിലായില്ല. കൗമുദിയുടെ തിരക്കു കളും, ദുഃഖത്തിന്റെ കാരണവുമൊന്നും മനസ്സിലാക്കാൻ കൊച്ചുമീനുവിനാവില്ലാ യിരുന്നു.

കൗമുദി, മീനുക്കുട്ടിയെ എല്ലാ ദിവസവും വൈകിട്ട് ഹോ

സ്റ്റലിനടുത്തുള്ള ശ്രീകൃഷ്ണാശ്രമത്തിൽ കൊണ്ടുപോകും. അവിടെ ചെറിയൊരു ശ്രീകൃഷണസ്വാമി ക്ഷേത്രമുണ്ട്. ആശ്രമത്തിലെ സ്വാമികൾ ഭജനപാടുന്നത് മീനുക്കുട്ടി കൗതുകത്തോടെ കേൾക്കും. ഭജന കേൾക്കുന്നതു മാത്രമല്ല, പാട്ടുകൾ പാടിക്കഴിയുമ്പോൾ ആശ്രമത്തിൽ നിന്നുകിട്ടുന്ന പ്രസാദവും മീനുവിന് വലിയ ഇഷ്ടമാണ്.

"മീനുമോള് വയറുനിറയെ കഴിച്ചോ"! മീനുവിന് വാഴയിലയിൽ പ്രസാദം വീണ്ടും വീണ്ടും വിളമ്പിയിട്ട് സ്വാമിജി പറഞ്ഞു. അവലും, മലരും, ശർക്കരയും, തേങ്ങാപ്പൂളും, കദളിപ്പഴവും ചേർത്ത, ആ പ്രസദം എത്ര കിട്ടിയാലും മീനുക്കുട്ടിക്ക് മതിയാവില്ല! ഒടുവിൽ കൗമുദി അവളെ നിർബന്ധിച്ച് ഇലയുടെ മുമ്പിൽ നിന്നെഴുന്നേൽപ്പിച്ച് കൊണ്ടുപോവുകയാണ് പതിവ്.

ആശ്രമത്തിലെ മാൻതോൽ വിരിച്ച തറയിലിരുന്ന് പ്രാർത്ഥിക്കുവാൻ മീനുക്കുട്ടിയോളം ഉത്സാഹം ആ ആശ്രമത്തിൽ വരുന്ന മറ്റാർക്കുമില്ലായിരുന്നു. "എനിക്ക് പത്തുപൈസ വേണം" മീനുക്കുട്ടി കൗമുദിയോട് ശാഠ്യം പിടിച്ചു. അതെന്നും അങ്ങനെയാണ്. ആശ്രമത്തിലെ വഞ്ചികയിൽ അവൾക്ക് പത്തുപൈസയിടണം. ആദ്യമായി ആശ്രമത്തിൽ ചെന്നപ്പോൾ കാണിക്കയിടാൻ കൗമുദി പൈസ കൊടു ത്തതുകൊണ്ടാണ് മീനുക്കുട്ടി പതിവായി പണം ചോദിക്കുന്നത്. കൊടുക്കാതി രുന്നാൽ മീനു കരയുമെന്നറിയാവുന്നതു കൊണ്ട് കൗമുദി മകളുടെ നിർബന്ധത്തിനനുസരിച്ചു നീങ്ങും.

എല്ലാ ഞായറാഴ്ചയും അടുത്തുള്ള ശ്രീരാമക്ഷേത്രത്തിൽ പോകുമ്പോഴും മീനുക്കു ട്ടിയുടെ പ്രാർത്ഥനയെല്ലാം ഇപ്രകാരമയതുകൊണ്ട് കൗമുദിയെപ്പോഴും ക്ഷേത്ര ത്തിൽ അവളേയും കൊണ്ട് പോകുമ്പോൾ കാണിക്കയിടാൻ പണവും കയ്യിൽ കരുതും.

ക്ഷേത്രത്തിൽ പോകുമ്പോഴും മീനുക്കുട്ടി ദൈവങ്ങളുടെ കഥ കേൾക്കണമെന്നും പറയും. കൗമുദി മീനുവിനു മനസ്സിലാകുന്ന വിധത്തിൽ ശ്രീരാമനേയും ശ്രീകൃഷ്ണനേയും കുറിച്ചുള്ള കഥകൾ അവൾക്ക് പറഞ്ഞുകൊടുക്കും.

# അദ്ധ്യായം 8

മീനുവിനെപ്പോലുള്ള കുഞ്ഞുങ്ങൾ വനിതാസദനത്തിൽ വരുമ്പോൾ സരസ്വതി വാർഡൻ അവർക്കിഷ്ടമുള്ള പൂക്കൾ പൂന്തോട്ടത്തിൽ നിന്നിറുത്തുകൊടുക്കുമായി രുന്നു. പൂക്കളേയും, കുഞ്ഞുങ്ങളേയും സരസ്വതീദേവി അത്രയ്ക്കിഷ്ടപ്പെട്ടിരുന്നു.

പൂന്തോട്ടത്തിൽ പല നിറത്തിലും, തരത്തിലുമുള്ള പൂക്കൾ നിറഞ്ഞുനിൽക്കുന്നു. പുഷ്പവാടിയെന്നുതന്നെ പറയം. മീനുവിനെപ്പൊലെയുള്ള കുഞ്ഞുങ്ങൾ വനിതാ സദനത്തിൽ വരുമ്പോൾ സരസ്വതി വാർഡൻ അവർക്കിഷ്ടമുള്ള പൂക്കൾ പൂന്തോട്ടത്തിൽ നിന്ന് ഇറുത്തുകൊടുക്കുമായിരുന്നു. പൂക്കളേയും, കുഞ്ഞുങ്ങളേയും സരസ്വതീദേവി അത്രയ്ക്കിഷ്ടപ്പെട്ടിരുന്നു. സഹോദരങ്ങൾക്കു വേണ്ടി ജീവിക്കാൻ സരസ്വതീദേവി സ്വയം വിവാഹം വേണ്ടെന്നുവച്ചതാണ്. അല്ലെങ്കിലിപ്പോൾ, മീനുവിന്റെ പ്രായത്തിലുള്ള കൊച്ചുമക്കൾ അവർക്കും കാണുമായിരുന്നു. സരസ്വതീദേവി പാലക്കാട് ചിറ്റൂർ സ്വദേശിനിയാണ്. ഹൈസ്ക്കൂൾ ടീച്ചറായിരുന്ന അവർ അഞ്ച് ഇളയ സഹോദരിമാരും, അച്ഛനമ്മമാരും അടങ്ങുന്ന അംഗസംഖ്യ കൂടിയ കുടുംബത്തിന്റെ നെടുംതൂണായിരുന്നു. തളർവാതം പിടിപെട്ട അച്ഛനും, പറക്കമുറ്റാത്ത സഹോ ദരിമാർക്കുമുള്ള ചെലവുകൾക്കും, വീട്ടുചെലവുകൾക്കും ആകെയുള്ള ആശ്രയം മാസാന്ത്യത്തിൽ സരസ്വതീദേവിക്ക് കിട്ടുന്ന ശമ്പളം മാത്രമായിരുന്നു. സഹോദരിമാരെ പഠിപ്പിക്കുകയും, വിവാഹം കഴിച്ചയയ്ക്കുകയും ചെയ്യാൻ അച്ഛനെ സഹാ യിക്കുന്നതിനിടയിൽ സരസ്വതി സ്വന്തം ജീവിതം മനഃപൂർവ്വം മറന്നു. ഇതിനിടെ സരസ്വതീദേവിയെ ഹൃദയപൂർവ്വം സ്നേഹിച്ച പ്രഭാകരൻ എന്ന മാഷ് വേറെ വിവാഹവും കഴിച്ചു. അതോടെയവർ മറ്റൊരു വിവാഹജീവിതം വേണ്ടെന്നുവച്ചതാണ്. സ്ക്കൂളിൽ നിന്ന് പെൻഷനായി പിരിഞ്ഞതോ

SURESH KYLM

ടെ വനിതാസദനത്തിന്റെ ചുമതല ഏറ്റെടുക്കുകയായിരുന്നു. മനംമടുപ്പിക്കുന്ന ഏകാന്തജീവിതത്തിൽ നിന്നും രക്ഷനേടുന്നതിനാണ് പത്രത്തിൽ പരസ്യം കണ്ടുടനെതന്നെ അപേക്ഷ അയച്ചത്. വനിതാസദനത്തിലെ താമസക്കാരോടൊപ്പം കഴിയുമ്പോൾ സമയം ചെലവഴിക്കാൻ പ്രയാസപ്പെടേണ്ടിവരില്ലയെന്നാണ് സരസ്വതീദേവിക്ക് ഏറെ ആശ്വാസമേകിയത്.

കുറേനേരം പൂന്തോട്ടത്തിലെ സിമന്റ് ചാരുബഞ്ചിൽ ഇരുന്നിട്ട് അവൾ മീനുവിനേയും കൊണ്ട് അകത്തേക്കുനടന്നു. അപ്പോഴാണ് മീനുവിന്റെ അപ്പൂപ്പൻ ഹോസ്റ്റൽഗേറ്റ് തുറന്നുവന്നത്. അപ്പൂപ്പനെ കണ്ടതും മീനു അദ്ദേഹത്തിന്റെയടുത്തേക്ക് ഓടിച്ചെന്നു. അവൾ സന്തോഷം കൊണ്ട് തുള്ളിച്ചാടി.

വാസുദേവൻനായർ പെട്ടെന്ന്മീനുക്കുട്ടിയെ വാരിയെടുത്ത് തുരുതുരെ ഉമ്മവച്ചു. കുറെനേരം അവളെത്തന്നെ നോക്കിയിരുന്നു. ചെറുമകളെ കണ്ടിട്ട് വളരെ നാളു കളായി.

''രാവിലെ തന്നെ ഇങ്ങോട്ടു പുറപ്പെടുന്നതല്ലേ?'' സരസ്വതീദേവി വാസുദേവൻ നായരോട് ഉപചാരപൂർവ്വം ചോദിച്ചു.

''അതേ, വൈകിട്ട് നെല്ലും, അടയ്ക്കയുമൊക്കെ വാങ്ങാനായിട്ട് ആളുവരും. അതിനു മുൻപായിട്ട് മീനുക്കുട്ടിയേയും, കൗമുദിയേയും കണ്ടിട്ടുപോകാമെന്ന് കരുതി.'' വാസുദേവൻനായർ, താൻ കൊണ്ടുവന്ന പലഹാരപ്പൊതി ബാഗിൽ നിന്നെടുത്ത് മീനുവിനുകൊടുത്തു. ''മീനുക്കുട്ടിക്കു സന്തോഷമായി'' അവൾ അതു തുറന്നു നോക്കി ഇഷ്ടപ്പെട്ടതെടുത്ത് കഴിക്കാൻ തുടങ്ങി.

കൗമുദി രാവിലെ എട്ടുമണിക്കുപോയാൽ ഉച്ചയ്ക്ക് പന്ത്രണ്ടുമണിക്കാണെത്തുക. പിന്നെ വൈകിട്ട് നാലുമണി മുതൽ അഞ്ചരവരെയാണ് ജോലിചെയ്യേണ്ടത്. വാസുദേവൻനായർക്ക് വേഗംതിരികെ പോകണമെന്നുള്ളതുകൊണ്ട് ആശുപത്രിയിൽ ചെന്ന് മകളെ കാണുവാൻ അദ്ദേഹം തീരുമാനിച്ചു. പെട്ടെന്നുതന്നെ മീനുവിനോടും, സരസ്വതിയോടും യാത്രപറഞ്ഞ് അദ്ദേഹം ആശുപത്രിയിലേക്ക് പോയി.

ആശുപത്രിക്കെട്ടിടം വനിതാസദനത്തിൽ നിന്നും ഒരു കിലോമിറ്റർ ദൂരെയാണ്. നേരം പത്തുമണിയോടടുക്കുന്നുള്ളുവെങ്കിലും മീനമാസത്തിലെ സൂര്യൻ അഗ്നിരശ്മിക ളാണയയ്ക്കുന്നതെന്ന് വാസുദേവന് തോന്നി. ഉരുകുന്ന ആ ചൂടിലും മകളെ ഒരുനോക്ക് കാണാനുള്ള അഭിവാഞ്ച, ആ വൃദ്ധന്റെ കാലടിക

ൾക്ക് വേഗം കൂട്ടി.

രാവിലെ വാർഡിലെ സന്ദർശനം കഴിഞ്ഞ് ഒ.പി വിഭാഗത്തിൽ മകൾ രോഗികളെ പരി ശോധിക്കുകയായിരിക്കുമെന്നു വാസുദേവൻനായർക്കറിയാം. അതിനാൽ അദ്ദേഹം അങ്ങോട്ടുനടന്നു.

അച്ഛനെക്കണ്ടതും കൗമുദിയെഴുന്നേറ്റു അദ്ദേഹത്തിന്റെയടുത്തേക്ക് വന്നു.

"നിന്നെയൊന്ന് കണ്ടിട്ടുപോകാമെന്ന് കരുതി" വാസുദേവൻ നായർ സംസാരിക്കു ന്നതിനിടയ്ക്ക് കിതയ്ക്കുന്നുണ്ടായിരുന്നു. ഈയിടെയായിട്ടങ്ങനെയാണ്, അദ്ദേഹത്തിനു കഠിനമായ ജോലികളൊന്നും ചെയ്യാൻ വയ്യ; കിതപ്പുണ്ടാകും. മുൻപൊക്കെ പാടത്തും, തൊടിയിലും കൃഷിപ്പണിക്ക് ആളു വരുമ്പോൾ അവരുടെകൂടെ വാസുദേവനും, തൂമ്പയെടുത്തിറങ്ങുമായിരുന്നു. ഇപ്പോൾ വെട്ടിക്കിളയ്ക്കാനൊന്നും വയ്യ.

കൗമുദിക്ക് അച്ഛന്റെയസുഖം ഹൃദയസംബന്ധമാണോയെന്ന് സംശയമുണ്ട്. അവളൊ ന്നുരണ്ട് പ്രാവശ്യം ഒരു പരിശോധനയെക്കുറിച്ച് അച്ഛനോട് സംസാരിച്ചതുമാണ്. മെഡിക്കൽ കോളേജിൽ വിശദമായ പരിശോധന നടത്താമെന്നും പറഞ്ഞതാണ്. പക്ഷേ, വാസുദേവൻനായർ അതൊന്നും സമ്മതിച്ചില്ല.

"അച്ഛനവിടെയിരുന്നാട്ടെ" സന്ദർശനമുറിയിലെ കസേര നീക്കിയിട്ടുകൊണ്ട് കൗമുദി പറഞ്ഞു.

"പെട്ടെന്നു പോകണം, അടയ്ക്കയും മറ്റും വാങ്ങാനാളുവരും. നിന്നെയൊന്ന് കണ്ടിട്ടു പോകാമെന്ന് കരുതി. നിനക്കെന്തെങ്കിലും ആവശ്യമുണ്ടെങ്കിൽ ഇതു വച്ചോളൂ" വാസുദേവൻനായർ പോക്കറ്റിൽ നിന്നു കുറച്ചുരൂപയെടുത്ത് കൗമുദിക്ക് കൊടുത്തു. കൗമുദിക്ക് വിസമ്മതിച്ചെങ്കിലും ആ പണം വാങ്ങി, എന്നുമുള്ള പതിവാണത്. കൗമുദിക്ക് സർക്കാർ ശമ്പളം കിട്ടുമെങ്കിൽ കൂടി അച്ഛൻ കൊടുക്കുന്ന പണം വാങ്ങിക്കും. മൂന്നുമക്കൾക്കും വാസുദേവൻനായർ അങ്ങനെ പണം കൊടുക്കാറുണ്ട്.

"മോൾ വീട്ടിലേക്കെന്നാ വരുന്നത്?" വാസുദേവൻനായർക്ക് അതറിയാൻ തിടുക്കമായിരുന്നു. വീട്ടിൽ വന്നിട്ടുവേണം മീനുക്കുട്ടിയെ മനസ്സുനിറഞ്ഞ് താലോലിക്കുവാനും മറ്റും! ഇവിടെ പെട്ടെന്ന് വന്നിട്ടുപോകാമെന്നല്ലാതെ മകളേയും, ചെറുമകളേയും കൺകുളിർക്കേ കാണാൻപോലും സാധിക്കില്ല. എങ്കിലും

വരാതെ പറ്റില്ലല്ലോ?

"ഓണത്തിനു മൂന്നുദിവസം അവധിയെടുത്ത് വരാം." കൗമുദി അച്ഛനു വാക്കു കൊടുത്തു.

# അദ്ധ്യായം 9

മീനുക്കുട്ടിക്ക് വനിതാസദനത്തിലെ എല്ലാ ആന്റിമാരേയും ഇഷ്ടമാണ്. അവളിവിടുത്തെ ഓരോമുറികളിലും കയറിയിറങ്ങും. ഓരോ മുറിയിലേയും താമസക്കാരികൾ അവളെ ലാളിക്കും. മീനുവിന്റെ കിളിക്കൊഞ്ചൽ പോലുള്ള സംസാരം കേൾക്കുന്നതിനുവേണ്ടി അവർ ഓരോകാര്യങ്ങൾ ചോദിക്കും. മീനു അവളുടേതായ ഭാഷയിൽ ഉത്തരം നൽകും. അതുകഴിഞ്ഞ് എന്തെങ്കിലും മിഠായിയോ, പഴങ്ങളോ അവർ നൽകുന്നത് കഴിച്ചിട്ടേ മീനുക്കുട്ടി ആ മുറികൾ വിട്ടുപോരുകയുള്ളൂ. ചിലർ, അവളെ പൊട്ടുതൊടീച്ച്, ചുരുണ്ടു തോളറ്റം കിടക്കുന്ന മുടിയിൽ പൂവും, സ്ലൈഡും വച്ചുകൊടുക്കും.

ഒരുദിവസം കൗമുദി പല്ലുതേക്കുന്ന ഒരു ബ്രഷ്, പേസ്റ്റ് എന്നിവ വാങ്ങിച്ചു. കവറിനുള്ളിൽ പേസ്റ്റുകൂടാതെ സൗജന്യമായിക്കിട്ടിയ ഒരു കിളിയുടെ റബ്ബർ രൂപം അവൾ മീനുക്കുട്ടിക്ക് കൊടുത്തു. മീനുവിനതു കണ്ടപ്പോൾ ബഹുസന്തോഷമായി. അത്തരം ചെറുപാവ ഇനിയും വേണമെന്നവൾ ശാഠ്യം പിടിച്ചു. ഒടുവിൽ അടുത്തമുറിക്കുള്ളിൽ താമസിക്കുന്നവരിൽ നിന്ന് അങ്ങനെയുള്ള കൊച്ചുകൊച്ചു രൂപങ്ങൾ കൗമുദി മീനുവിനുവേണ്ടി വാങ്ങിച്ചു. മൃഗങ്ങളുടേയും, പക്ഷികളുടേയും, വീടുകളുടേയും ചെറിയ മാതൃകകൾ ആ കൂട്ടത്തിലുണ്ടായിരുന്നു. മീനുക്കുട്ടിക്ക് വളരെ സന്തോഷമായി. കളിക്കുവാൻ ധാരളം സാധനങ്ങളായല്ലോ!

പേസ്റ്റുകൊണ്ട് പല്ലുതേക്കുവാൻ അവൾക്കുത്സാഹമേറി-കളിപ്പാട്ടം കിട്ടിയല്ലോ! മുൻപൊക്കെ കുഞ്ഞരിപ്പല്ല് തേക്കുവാൻ മീനുവിനു ഭയങ്കര മടിയായിരുന്നു. കൗമുദി രാവിലെ ആശുപ ത്രിയിൽ പോകുംമുമ്പ് മീനുട്ടിയെ പല്ലുതേപ്പിച്ച് തയ്യാറാക്കും. പക്ഷേ മടികാണി ക്കുന്ന മീനുവിനെ അവൾ പലപ്പോ

SURESH-KYLM

ഴും ശകാരിക്കുമായിരുന്നു. അപ്പോൾ മീനുക്കുട്ടി ചിണുങ്ങി ക്കൊണ്ടോടും. ഹോസ്റ്റലിന്റെ നീളൻ വരാന്തയിൽക്കൂടി അവ ളുടെ പിന്നാലെയോടി കൗമുദി തളരും. ഒടുവിൽ കൗമുദി ജോ ലിക്ക് പോകുവാൻ താമസിക്കും. ഇപ്പോൾ പേസ്റ്റുകൂടിനകത്തു ള്ള ചെറിയ അറയ്ക്കകത്തുനിന്നും കിട്ടിയ കളിപ്പാട്ടവും പിടിച്ചു കൊണ്ട് മീനു അടങ്ങി നിന്നുകൊള്ളും. അതുകൊണ്ട് കൗമുദി ക്കവളെ പല്ലു തേപ്പിക്കുന്ന കാര്യമെളുപ്പമായി.

അടുക്കളയിലെ അന്നച്ചേട്ടത്തിയും, ചിന്നച്ചേട്ടത്തിയും കൂടി യാണ് സരസ്വതി വാർഡൻ എവിടെങ്കിലും യാത്രപോകുമ്പോൾ മീനുക്കുട്ടിയെ നോക്കുന്നത്. വിശാലമായ മെസ്സ് ഹാളിന്റെയടു ത്തുള്ള വലിയ അടുക്കളയുടെ ഇപ്പുറത്ത് ഒരു കസേരയിട്ടു കൊ ടുത്തിട്ട് അതിലിരിക്കുവാൻ മീനുവിനോട് അവൾ പറയും. മീനു അനുസരണയുള്ള കുട്ടിയായി അവിടെയിരിക്കും. ഇടയ്ക്കിട യ്ക്ക് പാലും, റസ്ക്കും, ബിസ്ക്കറ്റുമൊക്കെ അവർ അവൾക്ക് കഴിക്കുവാൻ കൊടുക്കും. കറിയാച്ചൻ, വിറകുകീറിക്കഴിഞ്ഞാ ൽ മീനുക്കുട്ടിയെ ഹോസ്റ്റലിന്റെ തൊടിയിലൊക്കെ കൊണ്ടുനട ക്കും. കദളി വാഴയും, ഏത്തവാഴയുമൊക്കെ നിറഞ്ഞുനിൽക്കു ന്ന തൊടിയിൽ പോകാൻ മീനു വിന് വലിയയിഷ്ടമാണ്. കറി യാച്ചനവളെ തോളിലിരുത്തിക്കൊണ്ട് നടക്കും-''കറിയനങ്കിൾ'' എന്നാണ് മീനുക്കുട്ടി അയാളെ വിളിക്കാറ്.

മീനുവിനെ നിലത്തുനിർത്തിയിട്ട് കറിയാച്ചൻ വാഴക്കൂമ്പി ൽ നിന്നും ഇതളുകൾ അടർത്തിയെടുത്ത് മീനുവിന് തേൻ കു ടിക്കുവാൻ കൊടുത്തു. അവൾക്കതെങ്ങനെ കുടിക്കണമെന്നറി യില്ലായിരുന്നു.

''കറിയാനങ്കിളേ, ഇതെന്തിനാ?'' മീനുക്കുട്ടി ജിജ്ഞാസയോ ടെ ചോദിച്ചു.

''ഇതു വാഴക്കുടപ്പനാ, മോൾക്ക്, ഈ കുതിപ്പു വലിച്ചുകുടി ച്ചാൽ തേൻ കിട്ടും.''

കറിയാച്ചൻ തേൻ കുടിക്കുന്നതെങ്ങനെയെന്ന് മീനുവിന് കാട്ടിക്കൊടുത്തു.

നാവിൽ ഒരി തുള്ളി തേനിറ്റിച്ചു വീണപ്പോൾ മീനുക്കുട്ടിക്ക് സന്തോഷമായി.

''നിച്ച് ഇനിയും വേണം'' മീനു വാഴക്കുടപ്പനായി കൈനീട്ടി. കറിയാച്ചൻ വീണ്ടും വീണ്ടും വാഴക്കൂമ്പിന്റെ കുതിപ്പുകൾ അവ

ൾക്ക് കൊടുത്തു. കറിയാനങ്കിളിന്റെ കൂടെ ആനകളിക്കുവാനും മീനുക്കുട്ടിക്കൊത്തിരി ഇഷ്ടമായിരുന്നു.

# അദ്ധ്യായം 10

അന്നു ഞായറാഴ്ചയായിരുന്നു. കൗമുദിക്കു 'ഓഫ് ഡേ'യാണ്. ആഴ്ചയിലൊരു ദിവസം അവധികിട്ടും.

"ഇന്നെങ്കിലും തനിക്കു കുഞ്ഞിനോടൊപ്പം സമയം ചെലവഴിക്കാമല്ലോ?" കൗമുദി ആശ്വസിച്ചു. ജോലിക്ക് പോകാൻ മടിയായിട്ടില്ല, തന്റെ മകളൊറ്റയ്ക്കല്ലേ ഈ വലിയ ഹോസ്റ്റൽ കെട്ടിടത്തിൽ മറ്റുള്ളവരോടൊത്തു പകൽ മുഴുവൻ കഴിയുന്നത്? വേണ്ടവിധത്തിൽ മോളോടൊന്ന് മിണ്ടാൻ കൂടി സമയം കിട്ടുന്നില്ല. ഈ ലോകത്തു തനിക്കേറ്റവും വിലപ്പെട്ടതു മീനുക്കുട്ടിയാണ്. "അവളുടെയച്ഛൻ തന്നെയേൽപ്പിച്ചു പോയ പൊൻമുത്ത്!" വേണുഗോപാലിനെപ്പറ്റി ഓർത്തപ്പോൾ കൗമുദിയറിയാതെ അവളുടെ കണ്ണുകളിൽ നിന്നും അശ്രുകണങ്ങൾ കൊഴിഞ്ഞു.

"അമ്മയെന്തിനാ കരയുന്നത്? ആരാ അമ്മേ വയക്കു പറഞ്ഞേ?" മീനുക്കുട്ടി കൗമുദിയോട് ചോദിച്ചു.

"ഒന്നുമില്ല മോളേ!" മീനുവിനെ സമാധാനിപ്പിക്കാനായി കൗമുദി പറഞ്ഞു.

"അമ്മ കരയല്ലേ, ഞാൻ നല്ലകുട്ടിയാകാം" മീനു അമ്മയ്ക്ക് വാക്കുകൊടുത്തു.

അച്ഛനില്ലാത്ത ദുഃഖമൊന്നും മീനുക്കുട്ടിയിതുവരെ അറിഞ്ഞിട്ടില്ല. മറ്റുകുട്ടികളൊക്കെ അച്ഛനമ്മമാരോടൊപ്പം വീട്ടിൽ വരുമ്പോൾ "എന്റെ അച്ഛനെന്ത്യേ?" എന്നവൾ പലവട്ടം ചോദിച്ചിട്ടുണ്ട്. അപ്പോളൊക്കെ "അച്ഛൻ ദൂരെ ജോലിക്ക്പോയതാ" ണെന്നുപറഞ്ഞ് എല്ലാവരും അവളെ സമാധാനിപ്പിക്കും. അയലത്തെ കുട്ടികളെ അവരുടെ അച്ഛനെടുത്തുകൊണ്ടുനടക്കുന്നതു കാണുമ്പോൾ 'തന്റെ അച്ഛൻ വരുമ്പോഴും ഇതുപോലെ തന്നെ എടുത്തുകൊണ്ടുനടക്കും, ഊഞ്ഞാലാട്ടും...' ഇങ്ങനോരോ ആഗ്രഹങ്ങൾ കുഞ്ഞുമീനുക്കുട്ടിയുടെ മനസ്സിൽക്കൂടി കട

ന്നുപോകും.

ഇനിയുമൊരിക്കലും തിരികെ വരാനാകാത്തത്ര അകലേക്കാണ് തന്റെയച്ഛനെന്ന് അവളറിയുമ്പോഴുള്ള പ്രതികരണം എന്താവുമെന്ന് കൗമുദി വളരെ വേദനയോടെ ഓർക്കാറുണ്ട്.

ചിങ്ങമാസം 16-ാം തീയതിയാണ് തിരുവോണം. അതിനോടടുപ്പിച്ച് അവധിയെടുത്ത് ചെല്ലണമെന്ന് കൗമുദിയുടെ അമ്മ കത്തയച്ചു. അതനുസരിച്ച് മൂന്നുദിവസം അവധി യെടുത്ത് കൗമുദി മകളോടൊപ്പം നാട്ടിൽ പോകാനൊരുങ്ങി. നല്ലുടുപ്പിട്ട് ബസ്സിൽ കയറി യാത്രചെയ്യാൻ മീനുക്കുട്ടിക്ക് സന്തോഷമായിരുന്നു. ജനാലയുടെയരികിലുള്ള സീറ്റിൽ മീനുവിനെ മടിയിലിരുത്തി കൗമുദിയിരുന്നു.

മീനുവിന്റെ ശ്രദ്ധ വഴിയോരക്കാഴ്ചകളിലായിരുന്നു. പിന്നോട്ടുപായുന്നതുപോലെ തോന്നിക്കുന്ന മരങ്ങളും വീടുകളുമൊക്കെ കാണാൻ മീനുക്കുട്ടിക്ക് നല്ല രസം തോന്നി. ഇടയ്ക്കിടയ്ക്ക് വെളിയിലേക്ക് കൈചൂണ്ടുന്ന മകളെകൗമുദി അതിൽനിന്ന് പിന്തിരിപ്പിച്ചു. "മോളേ, കൈ വെളിയിലേക്കിടരുത്, മറ്റുവണ്ടികളിലും മറ്റും കൈചെന്നിടിക്കും" കൗമുദി മകളുടെ കൈകൾ തന്റെ കൈകൾക്കുള്ളിലെടുത്തുവച്ചു കൊണ്ടു പറഞ്ഞു. നാനൂർ മുക്കിൽനിന്ന് വലത്തോട്ടുള്ള ചെമ്മൺപാതയിലൂടെ അവർ ബസിറങ്ങി നടന്നു. പാതയ്ക്കിരുവശവും നെൽപാടങ്ങളാണ്. മീൻ കൊത്താനും മറ്റും പാടത്തുവന്നിരിക്കുന്ന വെള്ളക്കൊറ്റികളെക്കണ്ട് മീനുക്കുട്ടി കൈകൊട്ടിച്ചിരിച്ചു. മദ്ധ്യാഹ്ന സൂര്യന്റെ വെയിലിൽ തിളങ്ങുന്ന പാതയിൽക്കൂടിയവർ നടന്നു.

# അദ്ധ്യായം 11

വീട്ടുപടിക്കലെത്തിയതും മീനുക്കുട്ടി വാണംവിട്ടതുപോലെ അകത്തേക്കോടി. അപ്പൂപ്പനേയും, അമ്മൂമ്മയേയും കാണാനുള്ള തിരക്കായിരുന്നു അവൾക്ക്!

പങ്കജവല്ലിയമ്മ ഓണത്തിനുള്ള ഒരുക്കങ്ങളിലായിരുന്നു. എല്ലാം മീനുക്കുട്ടിക്ക് വേണ്ടിയാണവർ തയ്യാറാക്കുന്നത്.

"ഇന്നാ, ഇതു മുഴുവൻ മോൾ കഴിച്ചോ!" ഒരു പിഞ്ഞാണിപ്പാത്രം നിറയെ കായുപ്പേരി പങ്കജവല്ലി ഒരു ടിൻ തുറന്നെടുത്തതു കൊച്ചുമകൾക്ക് കൊടുത്തു.

മീനു അടുക്കളയിലിട്ടിരുന്ന അരിപ്പെട്ടിയുടെ മുകളിൽ കയറിയിരുന്നു ഉപ്പേരി തിന്നാൻ തുടങ്ങി. മീനുവിന് കറുമുറെ കടിക്കാവുന്ന എന്തും ഇഷ്ടമാണ്. അപ്പോഴേക്കും പങ്കജവല്ലിയമ്മ രണ്ടുചില്ലുഗ്ലാസ്സുകളിൽ ചായ പകർന്ന് കൗമുദിക്കും, മീനുക്കുട്ടിക്കും കൊടുത്തു.

"ശ്...ചൂടുപൊള്ളുന്നൂ അമ്മൂമ്മേ..." മീനുക്കുട്ടി പെട്ടെന്ന് ചായഗ്ലാസ്സ് താഴെവച്ചു. എപ്പോഴുമങ്ങനെയാണ്. പാലും, ചായയുമൊക്കെ തണുക്കറായിട്ടേ അവൾ കുടിക്കു കയുള്ളൂ. കൗമുദിയാണ് ചായ ചൂടാണോന്ന് നോക്കാൻ അവളെ പഠിപ്പിച്ചത്.

പങ്കജവല്ലിക്ക് മകൾക്കും, കൊച്ചുമകൾക്കുമൊക്കെ പലഹാരം ഉണ്ടാക്കിക്കൊടുക്കാൻ വളരെയിഷ്ടമാണ്. അവർ ഒരു സ്റ്റീൽച്ചരുവമെടുത്ത് ചായ ആറിക്കാൻ തുടങ്ങി. അപ്പോഴേക്കും മീനുക്കുട്ടി ഉപ്പേരിപ്പാത്രം കാലിയാക്കിയിരുന്നു. പെട്ടെന്നുതന്നെ അവൾ തൊടിയിലേക്കോടി. അവിടെ അമ്മൂമ്മ അമ്മിണിപ്പശുവിനേയും, അതിന്റെ കുഞ്ഞിനേയും പുല്ലുതിന്നാൻ വിട്ടിരിക്കുമെന്നവൾക്കറിയാം. അമ്മിണിപ്പശുവിന്റെ കുഞ്ഞിന് ആറുമാസം പ്രായമേയുള്ളൂ. അതു ജനിച്ചപ്പോൾ മുതൽ മീനുക്കുട്ടി ഒരു അടുത്ത കൂട്ടുകാരിയോടെന്നപോലെയാണ് ആ കിടാവിനോട്

SURESH KYLM

പെരുമാറുന്നത്! "നന്ദിനിക്കുട്ടി" എന്നാണവൾ അതിനു പേരിട്ടത്. മീനു നന്ദിനിക്കുട്ടിയെ തൊട്ടു തലോടി. അവൾ തൊടേണ്ട താമസം, ആ കിടാവ് വാലും പൊക്കിക്കൊണ്ട് ഓടാൻ തുടങ്ങി! മീനുക്കുട്ടിക്ക് ചിരിയടക്കാനായില്ല. കൈകൊട്ടിച്ചിരിച്ചുകൊണ്ട് അവളും നന്ദിനിക്കുട്ടിക്ക് പിന്നാലെയോടി!

കൗമുദി ആശുപത്രിത്തിരക്കുകളിൽ നിന്നൊഴിഞ്ഞതിന്റെ ആശ്വാസത്തിലായിരുന്നു. തന്റെ പഴയ പഠനമുറിയിലെ കട്ടിലിൽ കിടന്ന് ഓരോന്ന് ചിന്തിച്ചുചിന്തിച്ചവൾ അറിയാതെ ഉറങ്ങിപ്പോയി. കൂടുതലും വിവാഹശേഷമുള്ള ജീവിതത്തെക്കുറിച്ചുള്ള ചിന്തകളാണവളെ മഥിച്ചത്. മീനുക്കുട്ടി, തെക്കേതിലെ കുട്ടികളുമൊത്തുചേർന്ന് അത്തപ്പൂക്കളമിട്ടു. പൂക്കളമിടാനുള്ള പൂവിറിക്കുവാൻ അവൾ മറ്റു കുട്ടികളുടെ കൂടെ തൊടികൾതോറും പാറിനടന്നു. ഓണപ്പൊട്ടനും, കടുവാകളിയും വന്നപ്പോൾ മീനുക്കുട്ടി കൈക്കൊട്ടിച്ചിരിച്ചു.

മീനുവിനു കടുവാകളി വളരെയിഷ്ടമണ്. ആ താളവും, കടുവാരൂപത്തിലുള്ള ആൾ ക്കാരുടെ തുള്ളലുമൊക്കെ അവൾ അനുകരിച്ചു കാണിക്കും. ചെണ്ടയ്ക്ക് പകരം അടുക്കളയിലെ പാത്രങ്ങളിൽ തവികൊണ്ടുതട്ടി ശബ്ദമുണ്ടാക്കി കൊണ്ട്കടുവ തുള്ളും പോലെ ആംഗ്യങ്ങൾ കാണിക്കും. അച്ഛനുമമ്മയുമാണ് നേരത്തെ മീനുവിന്റെ പ്രകടനങ്ങളുടെ കാഴ്ചക്കാരായിരുന്നിട്ടുള്ളത്. ഇപ്പോൾ അപ്പൂപ്പനും അമ്മൂമ്മയും കൊച്ചുമക്കളുടെ പ്രകടനങ്ങൾ കണ്ട് അഭിനന്ദിക്കാറുണ്ട്. മീനുവിനതു വളരെ സന്തോഷമാണ്. മീനുവിനെ നൃത്തം പഠിക്കാൻ വിടണമെന്ന് അവർ എപ്പോഴും കൗമുദിയോട് പറയും.

മുറ്റത്തെ വലിയ വേപ്പുമരത്തിൽ അപ്പൂപ്പൻ മീനുക്കുട്ടിക്ക് ഊഞ്ഞാൽ കെട്ടിക്കൊ ടുത്തു. മീനുവിന് സ്വർഗ്ഗം കിട്ടിയതുപോലെയായി. അപ്പൂപ്പനെ ഇടംവലം വിടാതെ ഊഞ്ഞാലാട്ടാനായി അവൾ എപ്പോഴും വിളിച്ചുകൊണ്ടിരുന്നു.

"ഇനി മോള് ഊഞ്ഞാലിൽ നിന്നിറങ്ങ്! അപ്പൂപ്പന് ഒരിടം വരെ പോകണം!" വാസുദേവൻ നായർ തിരക്കുകൂട്ടി. "എന്നാ, അപ്പൂപ്പൻ എന്നെ താഴെയിറക്ക്" മീനു പറഞ്ഞയുടനെതന്നെ വാസുദേവൻ ഊഞ്ഞാൽ പിടിച്ചു നിർത്തിയിട്ടു താഴെയിറക്കി.

"അപ്പൂപ്പൻ മോളേയെടുത്തുകൊണ്ടു നടക്കാം" വസുദേവൻ നായർ പറഞ്ഞതും, മീനുക്കുട്ടി അപ്പൂപ്പന്റെ കൈകളിലേക്ക്

ഒറ്റച്ചാട്ടം.

"അപ്പൂപ്പനും, മീനുക്കുട്ടിയും വന്നാട്ടെ ഊണുകഴിക്കാം. വളരെ കേമമായിട്ടില്ലെങ്കിലും ഓണമായിട്ടെന്തെങ്കിലും കഴിക്കേണ്ടേ?" പങ്കജവല്ലിയമ്മ വീണ്ടും പറഞ്ഞു. വേണു ഗോപാലിന്റെ മരണത്തെത്തുടർന്ന് ഓണത്തിന്റെ പ്രത്യേക ആചാരങ്ങളും, ആഘോഷങ്ങളും അവർ വേണ്ടെന്നുവച്ചിരുന്നു.

"മീനുക്കുട്ടിക്ക് പായസം വേണം" ഊണുകഴിക്കാനിരുന്നപ്പോൾ മീനു ശാഠ്യം പിടിച്ചു. അവൾ പറയുന്നതുകേട്ട് കൗമുദിയുടെ കണ്ണുനിറഞ്ഞു.

"മോളൂന് അമ്മൂമ്മ പിന്നെ പായസം വച്ചുതരാം, ശാഠ്യം പിടിക്കാതെ" പങ്കജവല്ലിയമ്മ മീനുക്കുട്ടി നിർബന്ധം തുടരാതിരിക്കാൻ അവളെ ആവുന്നത്ര സാന്ത്വനിപ്പിച്ചു. ഒടുവിൽ മീനു, അപ്പൂപ്പനവൾക്ക് ഇരുളയുരുട്ടി കഴിച്ചെഴുന്നേറ്റു.

ഉച്ചയ്ക്കുശേഷം അടുത്തവീട്ടിൽ കൈക്കൊട്ടിക്കളിയുണ്ടായിരുന്നു. പണ്ടുതൊട്ടേ അവിടെ അത് പതിവാണ്. ഓണക്കാലത്തു ആ പ്രദേശത്തുള്ളവർ ഒത്തുകൂടി കൈക്കൊട്ടിക്കളി നടത്തും. സ്ത്രീകൾക്കതൊരു ഹരമാണ്. ആ വീട്ടിലെ മുത്തശ്ശി കൈക്കൊട്ടിക്കളിപ്പാട്ടുകളും, ചുവടുകളും മറ്റും പെൺകുട്ടികളെ പരിശീലിപ്പിക്കാറുണ്ട്. അതുകൊണ്ടാണെല്ലാവരും അവിടെ എത്തിച്ചേരുന്നത്.

കൈകൊട്ടിക്കളി ആരംഭിച്ചപ്പോൾ മീനുക്കുട്ടി അവിടെ വട്ടമിട്ടുനിന്ന സ്ത്രീകളുടെ ഇടയിൽക്കയറി നിന്ന് കൈക്കൊട്ടിക്കൊണ്ട് തുള്ളാൻ തുടങ്ങി. അതുകണ്ട് അവിടെ കൂടിനിന്നവരെല്ലാം ചിരിക്കാൻ തുടങ്ങി.

കുറച്ചുനേരം അവിടെ നിന്നിട്ട് പങ്കജവല്ലിയമ്മ പെട്ടെന്ന് മീനുക്കുട്ടിയേയും വിളിച്ച് വീട്ടിലേക്കുമടങ്ങി. വീട്ടിൽ മടങ്ങിയെത്തിയിട്ടും മീനു, അവൾക്കറിയാവുന്ന രീതി യിൽ കൈക്കൊട്ടിക്കൊണ്ട് നൃത്തം ചെയ്യുകയായിരുന്നു.

അങ്ങനെ മീനുക്കുട്ടിയുടെ ചിരിയും, പറച്ചിലുമായി ആ ഓണദിനങ്ങൾ കടന്നു പോയി. കൗമുദി തിരിച്ചുപോകുവാൻ തിടുക്കം കൂട്ടി. അടുത്ത ദിവസം ആശു പത്രിയിൽ ജോലിക്ക് കയറേണ്ടതാന്. കൗമുദി സാധനങ്ങളെല്ലാം ബാഗിനുള്ളിലെ ടുത്തുവച്ച് പോകുവാൻ തയ്യാറായി.

"എനിച്ചു പോവണ്ടാ...പോവണ്ടാ..." മീനുക്കുട്ടി ചിണുങ്ങു

വാൻ തുടങ്ങി.

"മോളുക്കുട്ടിക്കാ ഈ ഉപ്പേരിം, ചക്കരവരട്ടീം മുഴുവൻ" ഒരു വലിയ കടലാസുപൊതി മീനുവിനെ കാണിച്ചുകൊണ്ട് പങ്കജവല്ലി പറഞ്ഞു. അതോടെ മീനുക്കുട്ടിക്ക് സന്തോഷമായി. മീനുക്കുട്ടി വേറെ പുത്തനുടുപ്പിട്ട് പോകാനൊരുങ്ങി. അവൾക്കപ്പോൾ അപ്പൂപ്പൻ വാങ്ങിക്കൊടുത്ത ഉടുപ്പിടാനായിരുന്നു താൽപര്യം. അമ്മ വാങ്ങി ക്കൊടുത്ത മഞ്ഞയുടുപ്പിനേക്കാൾ അവൾക്കിഷ്ടമായത് അപ്പൂപ്പൻ സമ്മാനിച്ച ചുവന്ന പുള്ളിയുടുപ്പാണ്. അതിനുശേഷം അമ്മയുടെ വാനിറ്റിബാഗുമെടുത്ത് മീനുക്കുട്ടി അവളുടെ അമ്മയെക്കാൾ മുന്നേ പോകാനിറങ്ങി.

പോകുംമുമ്പ്, എരുത്തിലിൽ കെട്ടിയിരുന്ന അമ്മിണിപ്പശുവിനും, നന്ദിനിക്കുട്ടിക്കും മുത്തം കൊടുത്തിട്ടാണ് മീനുക്കുട്ടി പോയത്. "അവരെയൊക്കെ ഇനി വരുമ്പോഴല്ലേ കാണുവാൻ സാധിക്കൂ." അതായിരുന്നു മീനുവിന്റെ സങ്കടം! എന്നിട്ടും മനസ്സില്ലാ മനസ്സോടെ മീനു, കൗമുദിയോടൊപ്പം പോയി.

# അദ്ധ്യായം 12

മീനുക്കുട്ടി വീണ്ടും പണിത കൂറ്റൻ വനിതാസദനത്തിലെത്തി. കരിങ്കൽ കൊണ്ടു പണിത ആ കൂറ്റൻ കെട്ടിടം അവൾക്കൊട്ടും ഇഷ്ടമില്ലായിരുന്നു. അമ്മയുടെ വീടും, പരിസരവും അത്രയേറെ മീനുവിനെ സ്വാധീനിച്ചിരുന്നു.

കൗമുദി, മകളെ അക്ഷരം പഠിപ്പിക്കുവാൻ ഒരു ആശാട്ടിയെ ഏർപ്പാടാക്കി. അവർ വനിതാസദനത്തിനടുത്തു തന്നെയാണ് താമസിക്കുന്നത്. എന്നും രാവിലെ 10 മണിയാകുമ്പോൾ അവരെത്തും. വനിതാസദനത്തിന്റെ നീളമുള്ള വരാന്തയിലിരുത്തിയാണ് ആശാട്ടി മീനുവിനെ അക്ഷരങ്ങൾ പഠിപ്പിക്കുന്നത്. വാർഡനും കൂടി മീനുക്കുട്ടിക്ക് കൂട്ടിരിക്കാൻ വരും. അങ്ങനെ അവൾ ഓരോ അക്ഷരങ്ങൾ സ്വായ ത്തമാക്കി. അറിവിന്റെ ലോകത്തേക്ക് മീനു മെല്ലെ പിച്ചവയ്ക്കുവാൻ തുടങ്ങി.

കടുപുന്ന എൽ.പി സ്ക്കൂൾ വനിതാസദനത്തിൽ നിന്നും രണ്ടുകിലോമീറ്റർ ദൂര ത്താണ്. അടുത്തെങ്ങും വേറെ എൽ.പി സ്ക്കൂളൊന്നുമില്ല. കൗമുദി ജോലി ചെയ്യുന്ന ആശുപത്രിക്ക് എതിർവശത്തായി ഒരു ഹൈസ്ക്കൂളുണ്ട്. ദൂരത്താണെങ്കിലും കടുപുന്ന എൽ.പി സ്ക്കൂളിൽ കൗമുദി, മീനുക്കുട്ടിയെ വിടാൻ തീരുമാനിച്ചു, പ്രവേശനമെടുത്തു.

അന്നമ്മ ടീച്ചറാണ് ആ സ്ക്കൂളിലെ പ്രധാനാദ്ധ്യാപിക. മീനുവിനെ ടീച്ചർ അടുത്തു വിളിച്ചിരുത്തി, പേരു ചോദിച്ചു. "മീനുക്കുട്ടി" അവൾ നല്ല ഉത്സാഹത്തോടെ മറുപടി പറഞ്ഞു.

അല്ല ടീച്ചർ, മീനാക്ഷി കെ അതാണവളുടെ ശരിയായ പേര്. മീനുക്കുട്ടിയെന്നാ ഞങ്ങളെല്ലാവരു വിളിക്കുന്നത്. അന്നമ്മ ടീച്ചർ രജിസ്റ്ററിൽ മീനുവിന്റെ പേരും, മേൽവിലാസവും, മറ്റു വിവരങ്ങളും കൗമുദിയോട് ചോദിച്ചറിഞ്ഞ് എഴുതിവച്ചു. മീനുവിനെ ഒന്നാംക്ലാസ്സിലേക്ക് അന്നമ്മ ടീച്ചർ തന്നെയാണ് കൂട്ടിക്കൊണ്ടു

SCHOOL

പോയത്. കൗമുദിയും ഒപ്പം ചെന്നു.

"തന്റെ മകൾ ആദ്യമായി ഒരു വിദ്യാലയത്തിൽ പഠനത്തിനായിരിക്കുകയാണ്!" കൗമുദിക്കതോർത്തപ്പോൾ സന്തോഷവും, അതിനൊപ്പം സങ്കടവും വന്നു; മീനുവിന്റെ അച്ഛനിതൊന്നും കാണുവാൻ സാധിക്കുന്നില്ലല്ലോ എന്നോർത്തപ്പോൾ അവളുടെ മിഴികളിൽ നീർപൊടിഞ്ഞു. പുതിയ ക്ലാസ്സിന്റെ അന്തരീക്ഷത്തിൽ മീനുവിന് വല്ലാത്ത അപരിചിതത്വം തോന്നിയിട്ടും, അവളെപ്പൊലുള്ള ഒത്തിരി കുട്ടികളോടൊപ്പം ഇരിക്കാൻ അവൾക്ക് വളരെ ഉത്സാഹം തോന്നി. അങ്ങനെ മീനുവും ആ വിദ്യാലയത്തിന്റെ ഒരു ഭാഗമായി മാറി.

അന്നുച്ചവരെ മാത്രമേ കൗമുദി ആശുപത്രിയിൽ നിന്ന് അവധിയെടുത്തിരുന്നുള്ളൂ. അതുകൊണ്ട് ഉച്ചയ്ക്ക് ഭക്ഷണത്തിനുള്ള മണിയടിച്ചപ്പോൾ കൗമുദി മകളേയും കൂട്ടി തിരിച്ചു പോകാനൊരുങ്ങി. ജോസഫ് സാറായിരുന്നു അപ്പോൾ വരെ മീനുവിന്റെ ക്ലാസ്സിൽ പഠിപ്പിച്ചുകൊണ്ടിരുന്നത്. കൗമുദി, ജോസഫ് സാറിനേയും പരിചയപ്പെട്ടു.

"മോൾ നല്ല മിടുക്കിയാണു ഡോക്ടർ, ക്ലാസ്സിൽ നന്നായി ശ്രദ്ധിച്ചിരിക്കുന്നുണ്ട്" വാത്സല്യപൂർവ്വം മീനുവിനെ നോക്കിക്കൊണ്ട് ജോസഫ് സാർ പറഞ്ഞു. അതുകേട്ട കൗമുദിയുടെ മനസ്സ് നിറഞ്ഞു.

"എന്റെ മകൾ എന്നും ഇതുപോലെ നല്ല വിദ്യാർത്ഥിനിയായിരിക്കണേ" അവൾ, അറിയാതെ മനസ്സിൽ ദൈവത്തോട് പ്രാർത്ഥിച്ചു.

അദ്ധ്യാപകരോട് യാത്രപറഞ്ഞിട്ട് കൗമുദി വേഗം മീനുക്കുട്ടിയേയും കൊണ്ട് വനിതാസദനത്തിലേക്കുപോയി. വഴിനീളെ കാണുന്ന ഓരോന്നിനെ കുറിച്ചും അവൾ കൗമുദിയോട് ചോദിച്ചുകൊണ്ടിരുന്നു. കൗമുദി, മകളോട് അവൾക്ക് മനസ്സിലാകുന്ന വിധത്തിൽ ഓരോ ചോദ്യത്തിനും ഉത്തരം നൽകിക്കൊണ്ടിരുന്നു. നടന്നു നടന്നവർ വനിതാസദനത്തിലെത്തിയത് അറിഞ്ഞതേയില്ല!

അടുത്തദിവസം മുതൽ കറിയാച്ചനാണു മീനുവിനെ സ്ക്കൂളിൽ കൊണ്ടുവിടുന്നത്. അയാൾക്ക് സൈക്കിളുണ്ട്. മീനുക്കുട്ടിയെ സൈക്കിളിലിരുത്തി പാട്ടുകളും പാടി, ചിലപ്പോൾ കഥകളും പറഞ്ഞാണു കറിയാച്ചൻ കൊണ്ടുപോകുന്നത്. മീനുവിന

തിൽപ്പരം സന്തോഷം വേറെയില്ല! അശ്വതിയാന്റിയും റോസമ്മയാന്റിയും ഇടയ്ക്കിടെ മീനുക്കുട്ടിയെ എടുത്തുകൊണ്ട് നടക്കും; വഴി നീളെ മുത്തശ്ശിക്കഥകളും മറ്റും പറഞ്ഞുകൊടുക്കും. ചിലപ്പോൾ മാടക്കടയിലെ മിഠായി ഭരണിയിൽ നിന്ന് നാരങ്ങാമിഠായി വാങ്ങിക്കൊടുക്കും. അങ്ങനെ, ആനന്ദത്തോടെ ദിവസങ്ങൾ കടന്നുപോയി.

അപ്പൂപ്പൻ ഒരു ദിവസം മീനുക്കുട്ടിക്ക് ഒരുപെട്ടി നിറമുള്ള കല്ലുപെൻസിലുകൾ വാങ്ങിച്ചുകൊടുത്തു. അവൾ അക്ഷരങ്ങളെല്ലാം നന്നായി എഴുതിയതിനുള്ള സമ്മാന മായിരുന്നു അത്! മീനുക്കുട്ടിക്കാ സമ്മാനം വളരെയിഷ്ടപ്പെട്ടു. അവൾ ആ കല്ലുപെൻ സിലുകൾ താഴെവീണു പൊട്ടാതെ സൂക്ഷിച്ചുവച്ചു.

''എന്റെ കല്ലുപെൻസിൽ ആരും തൊടല്ലേ, താഴെ വീണു പൊട്ടും!'' മീനു എപ്പോഴും കൗമുദിയെ ഓർമ്മിപ്പിക്കും. മീനുക്കുട്ടിയുടെ ആ സൂഷ്മത കണ്ട് കൗമുദി മനസ്സാ ചിരിക്കും.

നിറമുള്ള കല്ലുപെൻസിലുകൾ കിട്ടിയതിൽ പിന്നെ മീനുക്കുട്ടി ദിവസവും അതു കൊണ്ടാണ് സ്ക്കൂളിൽ സ്ലേറ്റിലെഴുതുന്നത്. അപ്പൂപ്പൻ തന്ന സമ്മാനമാണെന്ന് വളരെ സന്തോഷത്തോടെയവൾ കൂട്ടുകാരോടൊക്കെ പറഞ്ഞു.

''ഞാനാദ്യം കാണുകയാണിത്തരം കല്ലുപെൻസിൽ! മീനുവിന്റെ അപ്പൂപ്പന്റെ കൈയ്യിലിനിയും കല്ലുപെൻസിലുണ്ടോ?'' കൂട്ടുകാരൻ ജോയി ചോദിച്ചപ്പോൾ മീനുക്കുട്ടിക്ക് വിഷമമായി.

''ഇല്ല, ഈ ഒരു പെട്ടി പെൻസിലേയുള്ളൂ'' മീനു മറുപടി പറഞ്ഞു.

''ഞങ്ങൾക്കീ പെൻസിലിന്റെ ഒരു കഷണം തരുവോ?'' ജോയിയും, ബിനുവും കൂടി കൊതിയോടെ ചോദിച്ചു.

''ഇപ്പത്തരാം'' ഇങ്ങനെ പറഞ്ഞുകൊണ്ട് തന്റെ പുസ്തകസഞ്ചിയിലുണ്ടായിരുന്ന മറ്റൊരു കല്ലുപെൻസിൽ മീനുക്കുട്ടി അവർക്കെല്ലാം മുറിച്ചുകൊടുത്തു. അങ്ങനെ, നിറമുള്ള കല്ലുപെൻസിൽ കൊണ്ട് മീനുവിന്റെ കൂട്ടുകാരും എഴുതി.

ജോയിയും, ബിനുവും, സിനിയുമെല്ലാം നിറമുള്ള അക്ഷരങ്ങൾ അവരുടെ സ്ലേറ്റു കളിൽ തെളിഞ്ഞതുകണ്ട് കൈകൊട്ടിച്ചിരിച്ചു. മീനുവിനും അവരുടെ സന്തോഷം കണ്ടപ്പോൾ മനസ്സു നിറഞ്ഞു.

ദാരിദ്യത്തിന്റെ ജീവിക്കുന്ന രൂപങ്ങളായിരുന്നു മീനുക്കുട്ടി

യുടെ കൂട്ടുകാരെന്ന് അവരുടെ വേഷത്തിൽ നിന്നുതന്നെ മന സ്സിലാക്കിയിരുന്നു. മീനുവിനെപ്പോലെ, അവർക്ക് നല്ല ഉടുപ്പുക ളോ. ചെരുപ്പോ ഒന്നുമുണ്ടായിരുന്നില്ല. ഭക്ഷണം തന്നെ ചുരുക്ക മായിട്ടായിരുന്നു ലഭിച്ചിരുന്നത്. മിക്കവരും ചെറ്റക്കുടിലുകളിൽ താമസിക്കുന്നവരായിരുന്നു. മീനുവിന്റെ ഉടുപ്പുകളും, പുസ്തക സഞ്ചിയുമൊക്കെ അവരെല്ലാം കൊതിയോടെ നോക്കിക്കാണു മായിരുന്നു.

മീനുവിന് കണ്ണിമാങ്ങയും, നെല്ലിക്കയുമൊക്കെ കൂട്ടുകാ ർ കൊണ്ടുക്കൊടുക്കും. വീട്ടിൽ നിന്നു സ്ക്കൂളിലേക്ക് വരുംവ ഴി അടുത്തുള്ള പുരയിടങ്ങളിൽ നിന്ന് ശേഖരി ക്കുന്നവയാണ ത്. മീനു അതിനുപകരം സ്ക്കൂളിൽ വച്ച്, അവർക്ക് കഴിക്കാൻ അമ്മ നൽകുന്ന ബിസ്ക്കറ്റിന്റെയും, മിഠായിയുടേയും കഷണ ങ്ങൾ കൂട്ടുകാർക്ക് പകുത്തു നൽകുകയാണ് പതിവ്. അങ്ങനെ കൂട്ടുകാരോടൊപ്പം മീനുക്കുട്ടിയുടെ ദിനങ്ങൾ സന്തോഷം നിറ ഞ്ഞതായിരുന്നു.

# അദ്ധ്യായം 13

എന്നും വൈകിട്ട് വനിതാസദനത്തിലെ പ്രാർത്ഥനാമുറിയിൽ നാമജപമുണ്ട്. എല്ലാ മതവിഭാഗങ്ങളിലും പെട്ടവർക്കുവേണ്ടിയും പ്രാർത്ഥനാഗീതങ്ങൾ ആലപിക്കും. മീനൂക്കുട്ടിക്ക് ആ പാട്ടുകളെല്ലാം കേൾക്കാനിഷ്ടമാണ്. എന്നും സന്ധ്യയാകുമ്പോൾ മേൽകഴുകി വന്നാൽ അവൾ പ്രാർത്ഥനാമുറിയിലേക്ക് ഒരോട്ടമാണ്. റോസമ്മ സിസ്റ്ററിന്റെ കൊന്തയും, പ്രാർത്ഥനാപുസ്തകവും കൈയ്യിൽപ്പിടിച്ച് അവൾ മുട്ടി ന്മേൽ നിന്നു പ്രാർത്ഥിക്കും - "എനിച്ചും അമ്മയ്ക്കും എല്ലാവർക്കും നല്ലതുവരണം, ദൈവം നല്ലതു വരുത്തണേ..." ഇതാണ് മീനുവെപ്പോഴും പ്രാർത്ഥിക്കുന്നത്. അത് കൗമുദി പ്രാർത്ഥിക്കുന്നത് കേട്ടുപഠിച്ചതാണ്.

സ്കൂളിൽ ഒന്നാമതായിട്ടാണ് മീനു ഒന്നാംക്ലാസും രണ്ടാം ക്ലാസും വിജയിച്ചത്. അങ്ങനെയവൾ മൂന്നാം ക്ലാസിലെത്തി.

നെടുനീളയുള്ള സ്കൂൾകെട്ടിടത്തിന്റെ അറ്റത്തായി സ്റ്റേജുണ്ട്. സ്റ്റേജിലാണ് മൂന്നാം ക്ലാസ് മുറി സജ്ജീകരിച്ചിരിക്കുന്നത്. ജോസഫ് സാറാണ് കണക്ക് പഠിപ്പിക്കുന്നത്. ഗുണനപ്പട്ടികയാണ് സാർ അന്ന്പഠിപ്പിക്കാൻ തുടങ്ങിയത്. ഓരോ കുട്ടിയെയും കൊണ്ട് ഗുണനപ്പട്ടിക തെറ്റാതെ ചൊല്ലിക്കുകയായിരുന്നു. മീനുവിന്റെ ഊഴമെത്തി.

"ഒരു മൂന്നു മൂന്ന്, ഇരുമൂന്ന് ആറ്, മുമ്മൂന്ന് ഒമ്പത്..." മീനുക്കുട്ടി മൂന്നിന്റെ ഗുണനപ്പട്ടിക ഈണത്തിൽ ചൊല്ലി.

"ഇരുന്നോളൂ" മീനുവിനോട് ജോസഫ് സാർ പറയേണ്ടതാമസം മീനുക്കുട്ടി ബഞ്ചിലിരുന്നു.

അടുത്തത് ജോയിയായിരുന്നു. ഗുണനപ്പട്ടിക ചൊല്ലേണ്ടത്. ജോയിക്ക് മുച്ചിറി യുള്ളതിനാൽ സംസാരം വ്യക്തമല്ല. ചുണ്ടുകളുടെ ഈ വൈകല്യം കുറച്ചൊന്നുമല്ല ജോയിയെ ബുദ്ധിമുട്ടിച്ചത്. പല കുട്ടികളും വഴക്കിടുമ്പോൾ "മുച്ചിറിയൻ" എന്ന്

ജോയിയെ പരിഹസിക്കും. അദ്ധ്യാപകർ ചോദ്യങ്ങൾ ചോദിക്കുമ്പോൾ അവർ ജോയിയുടെ ഉത്തരം പറച്ചിൽ കേട്ട് കുഴങ്ങാറുണ്ട്. ചോദ്യം ചോദിച്ചിട്ടും ഫലമില്ല. ജോയിക്ക് എല്ലാ വിഷയങ്ങളും അറിഞ്ഞുകൂടായിരുന്നു. മിക്കവാറും പരീക്ഷകളിൽ ''പൂജ്യം'' മാർക്കാണ് ലഭിച്ചിരുന്നത്. ഗുണനപ്പട്ടികയുടെ കാര്യവും അങ്ങനെതന്നെയായിരുന്നു. ജോയിക്ക് ഒന്നിന്റെ ഗുണനപ്പട്ടികപോലും അറിയില്ല.

''കൈനീട്ട്...'' ജോസഫ് സാർ ജോയിയോട് ദേഷ്യത്തിൽപറഞ്ഞു. നീളൻ ചൂരൽ കൊണ്ട് പടേ പടേന്ന് രണ്ടുമൂന്നടി കൊടുത്തു. അടികൊണ്ടു ജോയി നിന്നു പുളഞ്ഞു. അവൻ പെട്ടെന്ന് കൈകുടഞ്ഞു. കയ്യിൽക്കൂടി മിന്നൽ കടന്നുപോയതു പോലെ അവന് തോന്നി.

''ക്ലാസിനു വെളിയിൽപ്പോയി നിൽക്ക്'' ജോസഫ് സാർ ആക്രോശിച്ചു. ജോയി ക്ലാസിനു പുറത്തേക്ക് നടന്നു. അടുത്തതായി രാമുവിനോട് ജോസഫ് സാർ ചോദ്യം ചോദിച്ചത്. അവനും ഉത്തരം പറഞ്ഞില്ല. പിന്നീടാ ബഞ്ചിലിരുന്ന ബാലുവും, ബിജുവും ഉത്തരം നൽകാത്തതിനാൽ ജോസഫ് സാർ അവരെയെല്ലാം സ്ക്കൂൾ മുറ്റത്ത് പൊരിവെയിലിൽ ചരൽക്കല്ലിന്മേൽ മുട്ടുകുത്തി നിർത്തി. ആ പിരീയിഡ് മുഴുവൻ അവർക്കങ്ങനെ നിൽക്കേണ്ടിവന്നു. മീനുക്കുട്ടിക്ക് സങ്കടമടക്കാനായില്ല. അവൾക്കു ക്ലാസിലെ ഇടവേളകളിൽ തിന്നാനായി ചാമ്പയ്ക്കയും പുളിയും പറങ്കാപ്പഴം കൊണ്ടുക്കൊടുത്തിരുന്നത് ഈ കൂട്ടുകാരാണ്. അതുപോലാണ് അവരെല്ലാം മീനുവിനോടൊത്ത് ഓടിക്കളിക്കുന്നത്. ജോയിയാണ് അവളോട് ഏറ്റവും കൂടുതൽ കൂട്ടുകൂടിയിരുന്നത്. ജോയിക്ക് അഞ്ച് പെങ്ങമ്മാരുണ്ട്. അതുപോലെയാണ്, അത്രയ്ക്ക് ഗാഢമായ സ്നേഹമാണ് ജോയിക്കവളോട് തോന്നിയിരുന്നത്. ജോയി യുടെ വീട്ടിലെന്നും പട്ടിണിയാണ്. ജോയിയും ചെറിയ ജോലികൾ ചെയ്യാൻ അച്ഛനോടൊപ്പം പോകും. അവന്റച്ഛൻ കൂലിപ്പണിക്കാരനാണ്. അതുകൊണ്ടൊക്കെ യാണ് അവന് നന്നായി പഠിക്കാൻ സാധിക്കാത്തത്. അമ്മ രോഗിണിയായതുകൊണ്ട് നേരാംവണ്ണം ആഹാരം കഴിക്കാൻ പോലും അവനില്ലായിരുന്നു. മിക്ക ദിവസവും ഉച്ചയ്ക്കു സ്കൂളിലെ കിണറ്റിൽനിന്ന് പച്ചവെള്ളം കോരിക്കുടിച്ച് വിശപ്പടക്കുകയാണ് ചെയ്യുന്നത്. ഇതെല്ലാമോർത്തപ്പോൾ മീനുക്കുട്ടിക്ക് സങ്ക

ടം വന്നു.

''എല്ലാവരും ഇവിടെ ശ്രദ്ധിക്കുക'' ക്ലാസിലെ മേശമേൽ ചൂരൽകൊണ്ടടിച്ചുകൊണ്ട് ജോസഫ് സാർ പറഞ്ഞു. പക്ഷേ, മീനുവിന്റെ ശ്രദ്ധമുഴുവൻ ക്ലാസിനുവെളിയിൽ വെയിലത്തുനിൽക്കുന്ന തന്റെ കൂട്ടുകാരിലായിരുന്നു.

# അദ്ധ്യായം 14

പഠിക്കുന്ന കുട്ടികളോട് ജോസഫ് സാറിന് പ്രത്യേക വാത്സല്യം തന്നെയായിരുന്നു. മീനു നന്നായി പഠിക്കുന്നതുകൊണ്ട് സാർ അവളെ സ്കോളർഷിപ്പ് പരീക്ഷയ്ക്ക് തയ്യാറാക്കി. മീനു അന്നാദ്യമായി എറണാകുളം പട്ടണത്തിലെ ടൗൺ ഹൈസ്കൂളിൽ എത്തി. കൗമുദിയും ജോസഫ് സാറും കൂടിയാണ് അവളെ പരീക്ഷയ്ക്ക് കൊണ്ടുപോയത്. ജോസഫ് സാർ മീനുവിന് പ്രത്യേകം ക്ലാസെടുത്തിരുന്നതു കൊണ്ട് അവൾക്ക് പരീക്ഷ എളുപ്പമായി. ഫലമറിഞ്ഞപ്പോൾ മീനുവിന് ഒന്നാം സ്ഥാനം ലഭിച്ചു. അതോടുകൂടി ഇട്ടിസാറിന്റേയും ശോശാമ്മടീച്ചറിന്റേയും എന്നുവേണ്ട സ്കൂളിലെ എല്ലാ അദ്ധ്യാപകരുടെയും കണ്ണിലുണ്ണിയായി മീനുക്കുട്ടി മാറി.

ആയിടയ്ക്കാണ് സ്ക്കൂൾ വാർഷികദിനമെത്തിയത്. അശ്വതിയാന്റി പഠിപ്പിച്ച ഒരു പാട്ടുപാടാൻ കൗമുദി മകളോട് പറഞ്ഞു. ആദ്യമൊന്ന് മടിച്ചെങ്കിലും പിന്നീട് മീനു പാടാമെന്നേറ്റു. കൗമുദി സ്കൂളിലെത്തി അന്നമ്മ ടീച്ചറിനോടും, മറിയാമ്മടീച്ചറോടു മൊക്കെ മകൾ പാടുന്ന വിവരം പറഞ്ഞു. അവർക്കെല്ലാം സന്തോഷമായി.

അങ്ങനെ ആ ദിനം വന്നു. വാർഷിക ദിനത്തിനിടുവാനായി കൗമുദി മീനുവിന് പുത്തൻ ഉടുപ്പ് വാങ്ങിച്ചു. പുതിയ ഉടുപ്പിട്ട് ഒരു കൊച്ചുമാലാഖയെപ്പോലെ അവൾ സ്കൂളിലെത്തി. തന്റെ കൂട്ടുകാർക്കൊന്നും ഇതുപോലെ നല്ല ഉടുപ്പുകളൊന്നും ഇല്ലല്ലോയെന്നോർത്ത് മീനുവിന്റെ കുഞ്ഞുമനസ്സ് നൊന്തു.

സ്ക്കൂൾ വാർഷിക സമ്മേളനം തുടങ്ങി. അന്നമ്മ ടീച്ചറിന്റെയും, ജോസഫ് സാറി ന്റെയും പ്രസംഗം കഴിഞ്ഞു. പാട്ടുപാടുവാനായി മീനുവിന്റെ പേരുവിളിച്ചു.

"അടുത്തതായി 3-ാം സ്റ്റാൻഡേർഡിൽ പഠിക്കുന്ന കെ.മീനാ

ക്ഷി ഒരു ഗാനമാലപി ക്കുന്നതാണ്" ജോസഫ് സാർ ഉച്ചഭാഷി ണിയിൽക്കൂടി പറഞ്ഞു.

കൗമുദി മകളെ വേദിയിലേക്ക് കൊണ്ടുപോയി.മൈക്കിനു മുമ്പിൽ നിർത്തിയിട്ട് തിരികെ പോന്നു. കൊച്ചു പനംതത്ത പാടുന്നപോലെ മീനു പാടി 'കിലുകിലുക്കം കിലുകിലുക്കം കിങ്ങിണിച്ചെപ്പിലൊളിച്ചിരിക്കും' മീനുക്കുട്ടിയുടെ കൂട്ടുകാർ നിർത്താതെ കൈയ്യടിച്ചു. മുതിർന്നവർ കരഘോഷം മതിയാക്കിയിട്ടുകൂടി ആ കൂട്ടുകാർ കുറച്ചുനിമിഷങ്ങൾകൂടി അവരുടെ പ്രിയ കൂട്ടുകാരിക്കുവേണ്ടി കയ്യടിച്ചു. ജോസഫ് സാറും മറ്റ് അദ്ധ്യാപകരും മീനുവിനെ അഭിനന്ദിച്ചു. പരിമിതമായ സൗകര്യമുള്ള എൽ.പി. സ്കൂളിലാണ് മീനു പഠിച്ചത്. എന്നിട്ടും ഏറ്റവും സമർത്ഥയായ വിദ്യാർത്ഥിയായാണ് അവളാ സ്കൂളിൽ അറിയപ്പെട്ടത്. നാലാം ക്ലാസിലും ഏറ്റവും കൂടുതൽ മാർക്കുവാങ്ങുന്ന കുട്ടിക്കുള്ള സമ്മാനം മീനുവിനാണ് ലഭിച്ചത്.

ആയിടയ്ക്കാണ് കൗമുദി ഡോക്ടർക്ക് തൃശ്ശൂരിലേക്ക് സ്ഥലം മാറ്റമായത്. അവിടെ അല്ലാ സൗകര്യങ്ങളുമുള്ള ഹൈസ്കൂളിൽ മീനുക്കുട്ടിക്ക് പ്രവേശനം ലഭിച്ചു. വാസുദേവൻ നായർ കൂടിയാണ് യാത്രപറയാൻ മീനുവിന്റെയൊപ്പം എൽ.പി. സ്കൂളിൽ പോയത്. എല്ലാ അദ്ധ്യാപകർക്കും പ്രത്യേകിച്ച് ജോസഫ് സാറിന് വളരെ സങ്കടമായിരുന്നു. എന്നാൽ ഒരു നല്ല ഭാവിക്കു വേണ്ടിയാണല്ലോ മീനു പോകുന്ന തെന്നോർത്ത് അവർക്കെല്ലാം സന്തോഷവും അഭിമാനവും തോന്നി.

എല്ലാവരോടും യാത്രപറഞ്ഞിറങ്ങുമ്പോൾ മീനുക്കുട്ടിക്കു സങ്കടം അടക്കാനായില്ല. അവൾ ഏങ്ങിയേങ്ങിക്കരഞ്ഞു. തന്റെ കൂട്ടുകാരെല്ലാം പിരിയുന്നത് അവൾക്കേറെ ദുഃഖമുണ്ടാക്കുന്ന കാര്യമായിരുന്നു. അവരെല്ലാം കൗമുദി ജോലിചെയ്യുന്ന ആശുപത്രിയുടെ സമീപത്തുള്ള സർക്കാർ ഹൈസ്കൂളിലാണ് 5-ാം തരം മുതൽ പഠിക്കാൻ പോകുന്നത്.

"താൻ മാത്രം എല്ലാവരേയും വിട്ടുപോകുന്നു" മീനുക്കുട്ടി അമ്മയുടെ കൈയ്യിൽ മുറുകെപ്പിടിച്ചുകൊണ്ട് സ്കൂളിന്റെ പടികളിറങ്ങി. അവൾ അവസാനമായി തന്റെ സ്കൂളിനെ തിരിഞ്ഞു നോക്കി. ആ സ്കൂളും മുറ്റത്തെ ബദാം മരങ്ങളും മനസ്സിലൊരു ചിത്രമായി എന്നും അവൾ സൂക്ഷിച്ചു.

അങ്ങനെ പുതിയ സ്കൂളിൽ പുതിയ കൂട്ടുകാരൊത്ത്

ഓരോ ക്ലാസും മീനു പിന്നിട്ടു. എല്ലാ ക്ലാസുകളിലും മീനുക്കുട്ടിക്ക് ഒന്നാം സ്ഥാനമായിരുന്നു. പാഠ്യേതര പ്രവർത്തനങ്ങളിലും മീനു തന്റെ കഴിവുതെളിയിച്ചു. എങ്കിലും തന്റെ പൂർവ്വവിദ്യാലയ സ്മരണകളിൽ അവൾ ഇടയ്ക്കിടെ മുഴുകിപ്പോകാറുണ്ട്. അപ്പോൾ പഴയ കൂട്ടുകാരെ കാണണമെന്ന് തോന്നാറുണ്ടെങ്കിലും പുതിയ പരിസ്ഥിതികളുമായി യോജിച്ചുപോകുവാൻ അവൾ പഠിച്ചു.

# അദ്ധ്യായം 15

കാലചക്രം തിരിഞ്ഞുകൊണ്ടിരുന്നു. മീനാക്ഷി ഇന്നുപഴയ അഞ്ചുവയസ്സുകാരി മീനുക്കുട്ടിയല്ല. അവൾ സിവിൽ എൻജിനീയറിങ്ങിൽ ഒന്നാം റാങ്കുനേടിയ യുവതി യാണ്.

ആയിടയ്ക്ക് എറണാകുളത്തുവച്ച് നടന്ന ഒരു അഭിമുഖത്തിൽ മീനാക്ഷി സബ് എൻജിനിയറുടെ ജോലിക്കായി തെരെഞ്ഞെടുക്കപ്പെട്ടു. പൊതുജനസേവനം ലക്ഷ്യമാക്കിയിരുന്ന മീനാക്ഷി പി.ഡബ്ലിയു.ഡിയിൽ കിട്ടിയജോലി ഒരു നിധിയായിക്കരുതി.

കൗമുദി നേരത്തേ ജോലിചെയ്തിരുന്ന സർക്കാർ ആശുപതിക്ക് സമീപമുള്ള ഓഫീസിലാണ് മീനാക്ഷിക്ക് ആദ്യനിയമനം ലഭിച്ചത്. ജോലിക്ക് കയറുംമുമ്പ് തന്റെ പഴയ അദ്ധ്യാപകരെയും സതീർത്ഥ്യരെയും കാണുവാൻ മീനു ആഗ്രഹിച്ചു, അവൾ സ്കൂളിലെത്തി.

അന്നമ്മ ടീച്ചർ അവിടെനിന്ന് പെൻഷനായിരുന്നു. ജോസഫ് സാറായിരുന്നു പ്രധാനാ ദ്ധ്യാപകനായി ജോലിചെയ്തിരുന്നത്. സാർ തലമുടി മുഴുവൻ നരകയറി ഒരു വൃദ്ധനായിരിക്കുന്നു. പെട്ടെന്ന് തിരിച്ചറിയുകപോലുമില്ല. സറാമ്മടീച്ചർ മരിച്ചിട്ട് രണ്ടുവർഷമായി. ഇട്ടിസാറും പെൻഷനായിരുന്നു. പുതിയ അദ്ധ്യാപകരെ കണ്ടിട്ട് മീനുവിനൊരു അപരിചിതത്വം തോന്നി. സ്കൂൾകെട്ടിടത്തിനുമാത്രം ഒരു മാറ്റവും വന്നിട്ടില്ല. സ്കൂൾമുറ്റത്തിനിന്നും രണ്ട് ബദാം മരങ്ങളും വെട്ടിമാറ്റിയിരുന്നു.

"ഇനി ആ ബദാം തണലത്ത് കല്ലുകൊണ്ട് ബദാം കായ് പൊട്ടിച്ചു തിന്നുന്ന ആ മീനുക്കുട്ടിയാകുവാൻ തനിക്കാവുകയില്ല" മീനാക്ഷിക്ക് നഷ്ടബോധം തോന്നി. ജോസഫ് സാറിനോടും മറ്റ് അദ്ധ്യാപകരോടും യാത്രചോദിച്ചു പോരുമ്പോൾ സ്കൂൾ കാലഘട്ടത്തിലെ സ്മരണകളിൽ അവൾ ആണ്ടുപോയിരുന്നു.

ആ ഗ്രാമത്തിനുവന്ന മാറ്റത്തിൽ മീനുവിന് അതിശയം തോന്നി. ഓലപ്പുരകളായിരുന്ന വീടുകളുടെ സ്ഥാനത്ത് ഇരുനിലമാളികകൾ നിരന്ന് നിൽക്കുന്നു. റബ്ബർമരങ്ങളത്രയും വെട്ടിയിട്ട് കൊക്കോമരങ്ങൾ വെച്ചുപിടിപ്പിച്ചിരിക്കുന്നു. എല്ലാവരും വിദേശത്തും മറ്റും പോയി കൂടുതൽ ശമ്പളം കിട്ടുന്ന ജോലിതേടുന്ന കാലമാണല്ലോ ഇത്.

"വെറുമൊരു കുഞ്ഞുടുപ്പിട്ടുനടന്നിരുന്ന താനും ഇപ്പോളൊരു യുവതിയായിരിക്കുന്നു. കാലം ആർക്കുവേണ്ടിയും കാത്തുനിൽക്കില്ലല്ലോ" മീനു ചിന്തകളുടെ അഗാധതയിൽ ഊളിയിട്ടുകൊണ്ടിരുന്നു.

വഴിയരികിൽ കുറച്ചുസ്ഥലം മാത്രം റബ്ബർതോട്ടമുണ്ട്. അവിടെ രണ്ടുമൂന്ന് ഓലക്കുടിലുകൾ കഴിഞ്ഞകാലത്തിന്റെ ബാക്കിപത്രങ്ങളെന്നപോലെ വിറങ്ങലിച്ചു നിൽക്കുന്നു. പഴയ ഓലക്കീറുകൾ ദ്രവിച്ചിരിക്കുന്നു. അതിലൊരു കുടിലിലായിരുന്നു മീനുവിന്റെ കൂട്ടുകാരി ഗീത താമസിച്ചിരുന്നത്.

"ഗീതയവിടെ കാണുമോ?" മീനുവിന് ആകാംഷയായി. പെട്ടെന്ന് കീറിപ്പറിഞ്ഞ ദാവണിചുറ്റിയ ഒരു യുവതി ഒരു കുടിലിൽനിന്നും ഇറങ്ങിവന്നു.

"ഗീത" മീനുവിന്റെ ചുണ്ടുകൾ മന്ത്രിച്ചു.

"മീനാക്ഷിയല്ലേ?" ഒറ്റനോട്ടത്തിൽത്തന്നെ ഗീത മീനുവിനെ തിരിച്ചറിഞ്ഞു. മീനു പെട്ടെന്ന് മുന്നോട്ടാഞ്ഞ് ഗീതയുടെ കരം ഗ്രഹിച്ചു.

"ഗീതയിപ്പോഴെന്തുചെയ്യുന്നു?" മീനു ചോദിച്ചു.

"അച്ഛന്റെ കൂടെ റബ്ബർ ടാപ്പിങ്ങിനുപോകുന്നു. റബ്ബർ വെട്ടുകാരിയാകാനാണെന്റെ വിധി. അമ്മ മരിച്ചതോടെ ഇളയ രണ്ടു സഹോദരങ്ങളേയും പോറ്റിവളർത്തുന്നു." അൽപം ദൂരെമാറി വഴിയിൽ റബ്ബർപന്തുകളിച്ചുകൊണ്ടിരുന്ന ആൺകുട്ടികളെ ചൂണ്ടി ഗീത പറഞ്ഞു. രണ്ട് പട്ടിണിക്കോലങ്ങൾ. മീനുവിന് സങ്കടംവന്നു.

"നമ്മുടെ കൂട്ടുകാരെയൊക്കെ കാണാറുണ്ടോ?" മീനു ആകാംക്ഷയോടെ ചോദിച്ചു.

"ജോയി ഇപ്പോളില്ല. ഒരു വർഷം മുമ്പ് ഒരു പനി വന്നതാ. ടൈഫോയ്ഡ് ആയിരുന്നു. ശരിയായ ചികിത്സ കിട്ടിയിരുന്നെങ്കിൽ രക്ഷപെടുമായിരുന്നു." ഗീത പറഞ്ഞതുകേട്ട് മീനുവിന്

അതിയായ വിഷമം തോന്നി. തനിക്കേറ്റവുമടുത്ത കൂട്ടുകാരൻ മണ്ണോടുചേർന്നിരിക്കുന്നു. ഇനിയവനെ കാണുവാൻ കഴിയില്ല ല്ലോയെ ന്നോർത്തപ്പോൾ മീനുവിന്റെ മിഴികളിൽ കണ്ണീർമണി കൾ പൊടിഞ്ഞു.

''സിനിയും ബിജലിയും ബിന്ദുവുമൊക്കെ ഇപ്പോൾ ടീച്ച ർമാരാണ്. ബിജിലി ഇവിടെത്തന്നെയുള്ള ഹൈസ്കൂളിലാണ് ജോലി ചെയ്യുന്നത്. ചിലപ്പോൾ കാണാറുണ്ട്. സിനിയുടെയും ബിന്ദുവിന്റെയും വിവാഹം കഴിഞ്ഞു. എല്ലാവരും നല്ലനിലയിലാ യി. ഞാൻ മാത്രം ഇങ്ങനെ...'' വാക്കുകൾ മുഴുമിപ്പിക്കാനാവാ തെ ഗീത തേങ്ങിക്കരഞ്ഞു.

ഗീതയുടെ തോളിൽത്തട്ടി ആശ്വസിപ്പിച്ചിട്ട് മീനു തനിക്ക് ഇവിടെയാണ് ജോലി കിട്ടിയെതെന്ന് അവളോട് പറഞ്ഞു.

''ഇനി ഇടയ്ക്കൊക്കെ വരാം'' എന്ന് ഉറപ്പുകൊടുത്ത് മീനാ ക്ഷി തന്റെ താമസ സ്ഥലത്തേക്ക് യാത്രയായി.

അന്തിമാനം ചുവന്ന് തുടുത്തിരിക്കുന്നു. വെള്ളക്കൊറ്റികൾ കൂട്ടത്തോടെ കൂടണ യാനായി പറന്നുപോകുന്നു. പുതിയ ജോ ലികൾ! പുതിയ അന്തരീക്ഷം!. 'പുതിയ ജീവിതത്തിൻ പന്ഥാ വ് വെട്ടിത്തെളിക്കാൻ താനും യാത്രയാവുകയാണ് മീനാക്ഷി പുതിയ ഉണർവ്വോടെ പുതുപുത്തൻ ആശയങ്ങളോടെ ഉറച്ച ചു വടുവയ്പ്പു കളുമായിമുന്നോട്ടുനടന്നു. ഒരു പുത്തൻ പുലരിയെ സ്വപ്നം കണ്ടുകൊണ്ട്...